AF664935

സുന്ദരനായ ചന്ദ്രൻ

Sundaranaya Chandran
Childrens' Literature

I R Krishanan Methala

CHINTHA PUBLISHERS
Thiruvananthapuram

First Edition
April 2021

Published
Chintha Publishers, Thiruvananthapuram

Typesetting
Star Communications, Thiruvananthapuram

Cover Design
Ratheesh Vincent

ISBN : 978-93-90301-19-5

CO - 2958 / 5366

Email: chinthapublishers@gmail.com
Website: www.chinthapublishers.com

Distribution
DESHABHIMANI BOOKHOUSE
H O Thiruvananthapuram 695035

Branch
Head Office Kunnukuzhi • Statue Thiruvananthapuram •
KSRTC Bus Station Thiruvananthapuram
KSRTC Bus Station Alappuzha • KSRTC Bus Station Ernakulam •
Machingal Lane Thrissur • IG Road Kozhikode •
Mavoor Road Kozhikode • NGO Union Building Kannur •
Central Bus Terminal Complex Thavakkara Kannur

സുന്ദരനായ ചന്ദ്രൻ

ഐ ആർ കൃഷ്ണൻ മേത്തല

ചിന്ത പബ്ലിഷേഴ്സ്
തിരുവനന്തപുരം-695 035

ഐ ആർ കൃഷ്ണൻ മേത്തല

എറണാകുളം ജില്ലയിലെ എടവനക്കാട് ജനിച്ചു. ഇല്ലി വീട്ടിൽ രാമൻകുട്ടിയുടേയും ഭാര്യ ദേവകിയുടേയും മകൻ. വിദ്യാഭ്യാസത്തിനുശേഷം അദ്ധ്യാപകവൃത്തിയിലേർപ്പെട്ടു. ആനാപ്പുഴ ഗവ. യു പി സ്കൂൾ ഹെഡ്മാസ്റ്റർ, വിവിധ ഹൈസ്കൂളുകളിൽ അദ്ധ്യാപകൻ, ഹെഡ്മാസ്റ്റർ, ഉപജില്ല വിദ്യാഭ്യാസ ഓഫീസർ എന്നീ നിലകളിൽ സേവനം അനുഷ്ഠിച്ചിട്ടുണ്ട്. പുതുക്കാട് ഗവ. വൊക്കേഷണൽ ഹയർ സെക്കന്ററി സ്കൂൾ പ്രിൻസിപ്പാൾ ആയിരിക്കെ 1993 ൽ റിട്ടയർ ചെയ്തു. ശാസ്ത്രസാഹിത്യ പരിഷത്ത്, ബാലസാഹിത്യ സമിതി, ഗ്രന്ഥശാലാ പ്രസ്ഥാനം തുടങ്ങിയ രംഗങ്ങളിൽ പ്രവർത്തിച്ചിരുന്നു.

കൃതികൾ: *പാടി രസിക്കാം, ആമിയും നന്ദുവും, പറന്നു പറന്ന്* (കവിതകൾ), *സ്വർഗ്ഗവാതിൽ പക്ഷി, കമലമന്ത്രം, കുട്ടിഡോക്ടർ, ചക്കരയോ തേനോ, മരം കയറുന്ന മത്സ്യം, ഗ്രീൻ ആർമി, ശ്രീനാരായണഗുരു കഥകളിലൂടെ, കോലോളം ദൂരത്തിൽ, കുട്ടിക്കൊമ്പന്മാർ, ഗുരുദേവൻ കഥകളിലൂടെ, ഈയ്യൽ റോസ്റ്റ്, ലോട്ടസ് ലെഗ്, ആറുനീന്തിക്കടന്ന അന്തകുമാരൻ* (കഥകൾ), *മൂർക്കോത്തു കുമാരൻ ജീവിതം സമരമാക്കിയ നേതാവ്* (ജീവചരിത്രം), *മഹാഭാരതത്തിലെ മനുഷ്യമുഖങ്ങൾ* (പുനരാഖ്യാനം), വിശ്വസാഹിത്യ ചൊൽക്കഥകളിൽ– മൗറീഷ്യസ് കഥകൾ മൊഴിമാറ്റം ചെയ്തിട്ടുണ്ട്.

ഭാര്യ	:	ഉഷാദേവി മാരായിൽ
മക്കൾ	:	ഡോ. ഷീനാകൃഷ്ണൻ ഡോ. അനിൽ കുമാർ ഐ കെ ഷാം (ആർക്കിടെക്ട്) & ഡോ. രശ്മില ഷാം
വിലാസം	:	ഇല്ലിവീട്ടിൽ, കണ്ടംകുളം പി ഒ മേത്തല കൊടുങ്ങല്ലൂർ– 680669
മൊബൈൽ:		9288606020, 9447784898

ഉള്ളടക്കം

പ്രസാധകക്കുറിപ്പ്

കഥ പറഞ്ഞുപറഞ്ഞ് അറിവിന്റെ പുതുലോകത്തേക്ക് കുട്ടികളെ നയിക്കുക എന്ന ദൗത്യമാണ് ഓരോ ബാല സാഹിത്യകാരനും ഏറ്റെടുക്കുന്നത്. ആകർഷണീയമായ ഭാഷ, പ്രതിപാദനശൈലിയാൽ സമ്പന്നമാണ് ഐ ആർ കൃഷ്ണൻ മേത്തലയുടെ *സുന്ദരനായ ചന്ദ്രൻ*. അത്രമേൽ ലളിതമായ ഈ ഗ്രന്ഥം ഏതൊരാളെയും ആകർഷിക്കുവാൻ പര്യാപ്തമാണ്. ഐ ആർ കൃഷ്ണൻ മേത്തലയുടെ സ്മരണാഞ്ജലിക്കു മുമ്പിൽ ആദരവോടുകൂടി ഈ ഗ്രന്ഥം സമർപ്പിക്കുന്നു.

ചിന്ത പബ്ലിഷേഴ്സ്

1

സുന്ദരനായ ചന്ദ്രൻ

മുത്തശ്ശിയുടെ വാക്കുകൾ മണിക്കുട്ടനോർമ്മ വന്നു.

"ആരുപറഞ്ഞു കുട്ട്യേ ചന്ദ്രന് സൗന്ദര്യമില്ലെന്ന്. അങ്ങനെയൊന്നും പറയരുതെട്ടോ. അതിസുന്ദരനാണ് ചന്ദ്രൻ. 'മന്നവേന്ദ്രാ വിളങ്ങുന്നു ചന്ദ്രനെപ്പോലെ നിന്മുഖം' എന്നും 'ഉഡുരാജമുഖി' എന്നും മറ്റും വിശേഷിപ്പിക്കുന്നത് കേട്ടിട്ടില്ലേ? നക്ഷത്രങ്ങളുടെ രാജനാണ് ചന്ദ്രൻ. നിസ്സാരനല്ലട്ടോ."

ശാസ്ത്രം നല്കുന്ന പുതിയ അറിവുകളൊന്നും മുത്തശ്ശി അംഗീകരിച്ചിട്ടില്ല. ചന്ദ്രനിൽ പോയവരെപ്പറ്റി കേട്ടപ്പോൾ 'നന്നായി, അതിസുന്ദരനായ ആ ദേവനെ നേരിൽ കാണാനായല്ലോ' എന്നായിരുന്നു മുത്തശ്ശിയുടെ പ്രതികരണം.

അന്നേതായാലും തർക്കിക്കാൻ നില്ക്കാത്തതു നന്നായി എന്നു മണിക്കുട്ടനുതോന്നി. ഇപ്പോൾ സൗന്ദര്യമില്ലെങ്കിലും പില്ക്കാലത്ത് അതുണ്ടായേക്കും എന്നതിലേക്കാണ് യുക്തിബോധം എത്തുന്നത്.

"അതെങ്ങനെ?" അവൻ സ്വയം ചോദിച്ചു.

"അതോ... അത്... ചന്ദ്രനിൽ വെള്ളമുണ്ടെന്നല്ലേ ചാന്ദ്രയാൻ ദൗത്യം കണ്ടെത്തിയത്. ഉത്തരധ്രുവത്തിനടുത്ത് ഐസിന്റെ രൂപത്തിൽ."

അവൻ സ്വയം ഉറക്കെ ഉത്തരം പറഞ്ഞു.

"എന്താ മണിക്കുട്ടാ, ഒറ്റയ്ക്കിരുന്ന് സംസാരിക്കുന്നത്" എന്തോ എടുക്കുന്നതിനായി മുറിയിലേക്കു കടന്നുവന്ന ചേച്ചി ചോദിച്ചു.

മണിക്കുട്ടനേക്കാൾ പത്തു വയസ്സോളം പ്രായക്കൂടുതലുള്ള

ചേച്ചി മണിക്കുട്ടനോട് സംഭാഷണത്തിനു നിന്നത് അവനെ അത്ഭുതപ്പെടുത്തി. എപ്പോഴും വർത്തമാനത്തിന് കിട്ടില്ല. ബഹിരാകാശമെന്നോ ഗവേഷണമെന്നോ ഒക്കെപ്പറഞ്ഞ് തിരക്കിട്ടുപോകുന്ന ചേച്ചിയാണ് അവന്റെ മനസ്സിലുള്ളത്. ഇന്നത്തെ ഈ വ്യത്യസ്തത എങ്ങനെ ആഘോഷമാക്കാതിരിക്കും? ഒരു സംവാദത്തിനു തയ്യാറെടുത്തു മണിക്കുട്ടൻ.

"ഭൂമിയുടെ ഉപഗ്രഹമായ ചന്ദ്രനെപ്പറ്റി ആലോചിക്കുകയായിരുന്നു ഞാൻ. ചന്ദ്രൻ സുന്ദരനാണെന്ന് തീർത്തു പറയുന്ന മുത്തശ്ശിയുടെ വാക്കുകൾ ഭാവിയിൽ സത്യമായേക്കാം. ഇല്ലേ ചേച്ചീ...."

"എങ്ങനെ, സത്യമാകുമെന്നാണ് മണിക്കുട്ടൻ പറയുന്നത്?"

"ഇന്നത്തെ ഒരു പത്രവാർത്തയാണ് അടിസ്ഥാനം."

"ചന്ദ്രനിൽ ജലം സമൃദ്ധമായുണ്ടത്രേ! പ്രതീക്ഷിച്ചതിന്റെ നൂറിരട്ടി വെള്ളമുണ്ടെന്ന്."

"അതു ശരിയാണ്. പാറയ്ക്കടിയിൽ സ്ഥിതി ചെയ്യുന്ന വെള്ളം ഉപരിതലത്തിൽ വന്നാൽ എല്ലായിടത്തും ഒരു മീറ്റർ ആഴമുള്ള ജലനിരപ്പ് രൂപം കൊള്ളുമെന്നാണ് പറയപ്പെടുന്നത്."

"ചന്ദ്രനിൽ വെള്ളമുണ്ടാകുന്നതെങ്ങനെ? അന്തരീക്ഷമില്ല, വായുമണ്ഡലമില്ല. അപ്പോൾ പിന്നെ ഓക്സിജനും ഹൈഡ്രജനും എങ്ങനെയുണ്ടാകും. ഇവ ചേർന്നിട്ടാണല്ലോ വെള്ളമുണ്ടാകുന്നത്." മണിക്കുട്ടൻ പഠിച്ചുവെച്ചിട്ടുള്ള ശാസ്ത്രവിജ്ഞാനത്തെ കൂട്ടുപിടിച്ചു.

"അതിന്റെ കഥ തുടങ്ങുന്നത് ഏതാണ്ട് നാനൂറ്റമ്പതുകോടി വർഷങ്ങൾക്കു മുമ്പാണ്. മണിക്കുട്ടൻ കേട്ടിട്ടില്ലേ, ഓരോ ഗ്രഹത്തിന്റെയും ഭ്രമണവേഗത നമ്മുടെ റോക്കറ്റിനേക്കാൾ വളരെ കൂടുതലാണെന്ന്."

ചേച്ചി വിശദീകരണം തുടർന്നു:

"നമ്മുടെ ഭൂമിയും അങ്ങനെ ഭ്രമണം ചെയ്യുകയായിരുന്നു. ബഹിരാകാശത്തിലെ മറ്റൊരു ഗോളം, ചൊവ്വയുടെ വലിപ്പമുള്ളത്, വഴിതെറ്റി സൗരയൂഥത്തിലേക്കെത്തി. ഭൂമിക്കുനേരെ അതു

പാഞ്ഞുവന്നു. താമസമുണ്ടായില്ല. മിന്നൽവേഗത്തിൽ അതിശക്തമായ കൂട്ടിയിടി— പൊട്ടിത്തെറി, അങ്ങനെ ചന്ദ്രൻ പിറന്നു പോലും. ഇതുമൂലം വൻതോതിൽ താപോർജ്ജം സൃഷ്ടിക്കപ്പെട്ടു. ഫലം ഭൂമിയിലെ വലിയൊരു ഭാഗം മാഗ്മയായി രൂപാന്തരപ്പെട്ടു."

"അപ്പോൾ ചന്ദ്രനിലോ?" മണിക്കുട്ടന് അറിയേണ്ടിയിരുന്നത് അതാണ്.

"ചന്ദ്രനിലും ഒരു മാഗ്മ സമുദ്രംതന്നെ രൂപം കൊണ്ടു. അഗ്നിപർവ്വത പ്രവർത്തനങ്ങൾ വമിപ്പിച്ച ചൂടിൽ വളരെയധികം ആവി ഉല്പാദിപ്പിക്കപ്പെട്ടു. അതിലധികവും ബഹിരാകാശത്തേക്കുയർന്നുപോയി."

"ചന്ദ്രനിൽ ബാക്കിയുണ്ടായിരുന്നതോ?" മണിക്കുട്ടന് അറിയാൻ ധൃതിയായി.

"സാവധാനം ചന്ദ്രോപഗ്രഹം തണുത്തു. അവിടെ നിലനിന്നിരുന്ന ആവി തണുത്തുറഞ്ഞുണ്ടായ വെള്ളം പാറക്കെട്ടുകൾക്കിടയിൽ ശേഖരിക്കപ്പെട്ടു എന്നാണ് ശാസ്ത്രജ്ഞന്മാരുടെ നിഗമനം. ആട്ടെ, വെള്ളമുണ്ടെങ്കിൽ ചന്ദ്രൻ സുന്ദരനാകുമെന്നാണോ മണിക്കുട്ടൻ പറയുന്നത്."

"അതെ."

"അതെങ്ങനെ?"

"സങ്കല്പമാണ്. പാറകൾക്കിടയിലെ വെള്ളം പുറത്തേക്കു വന്നാൽ ഏതെങ്കിലും സാഹചര്യത്തിൽ ഓക്സിജനും ഹൈഡ്രജനും വിഘടിക്കപ്പെടാം. ഒരുപക്ഷേ, മനുഷ്യൻ അതിനുകാരണക്കാരനായേക്കാം.

പിന്നെ കാര്യം എളുപ്പമാണ്. പായൽ ചെറുതരം ചെടികൾ... വൻ ചെടികൾ.. വൃക്ഷങ്ങൾ അങ്ങനെ അങ്ങനെ."

"ഹായ്, മണിക്കുട്ടാ നിന്റെ ഭാവനയ്ക്ക് ചിറകുമുളച്ചിരിക്കുന്നു, മനുഷ്യഭാവനയ്ക്ക് സാധിക്കാത്തതൊന്നുമില്ലെന്നാണ് പറയുന്നത്. ഇന്നു നടക്കേണ്ടത് നാളേക്കു നീളാം എന്നുമാത്രം."

"സന്തോഷം. ചേച്ചിക്കു ധൃതിയുണ്ട്. പോകുന്നു. റ്റാ... റ്റാ...."

2

സാന്ദ്രത മാറുമ്പോൾ

"ഉഷ്ണമേഖലാ രാജ്യമായ ഇവിടെത്തന്നെ തണുത്തിട്ടു വയ്യ. ഹൊ, ഈ ഇംഗ്ലണ്ടിലും മറ്റും ഉള്ളവർ എങ്ങനെ ജീവിക്കുമെന്നാവോ."

മീനമാസത്തിലെ ഒരു തണുത്ത രാത്രിയിൽ വയനാടൻ ചുരത്തിലൂടെ കടന്നുപോവുകയായിരുന്ന വിനോദയാത്ര സംഘത്തിലെ നന്ദനൻ അത്ഭുതപ്പെട്ടു. സംഘനേതാവായ ആന്റണി മാസ്റ്റർ അപ്പോൾ ആശ്വസിപ്പിച്ചു:

"എല്ലാം പ്രശ്നങ്ങൾക്കും പ്രകൃതിയുടേതായ പരിഹാരമുണ്ട്. ഇംഗ്ലണ്ടിനേക്കാൾ തണുപ്പു കൂടിയ രാജ്യമാണു നോർവെ. മദ്ധ്യരേഖാ പ്രദേശത്തു നിന്നുള്ള ഉഷ്ണജലവും വഹിച്ചെത്തുന്ന ഗൾഫ്സ്ട്രീം അവിടേക്കെത്തുമ്പോൾ വെള്ളത്തിലേക്കും വായുവിലേക്കും ചൂട് പകർന്നു നല്കുന്നുണ്ട്. അതുകൊണ്ടവിടെ സഹിക്കാവുന്ന തണുപ്പുമാത്രമേ കാണൂ."

"പക്ഷേ, മറ്റു യൂറോപ്യൻ രാജ്യങ്ങളിൽ പലതിലും ഗൾഫ് സ്ട്രീം എത്തുന്നില്ലല്ലോ. അവിടത്തെ ജനങ്ങളെന്തു ചെയ്യും?"

ഇരുട്ടു കീറിയുള്ള ഈ തണുത്ത യാത്രയിൽ നല്ലൊരു വിഷയം കിട്ടിയിരിക്കുന്നു. എല്ലാവരും വിശദീകരണത്തിനു കാതോർത്തു.

"യൂറോപ്യൻ രാജ്യങ്ങളിലേക്കും പടിഞ്ഞാറൻ കാറ്റെത്തുന്നുണ്ട്. അത് ഗൾഫ് സ്ട്രീമിലെ ചൂടുംപേറിയാണ് ചെല്ലുന്നത്. പലപ്പോഴും മഞ്ഞു മഴയുള്ള ആ പ്രദേശങ്ങളിൽ ഈ കാറ്റ് വലിയ അനുഗ്രഹമാണ്."

"അതുകൊണ്ടാണ് ഗൾഫ് സ്ട്രീമിനെ 'യൂറോപ്പിന്റെ പുതപ്പ്' എന്നു പറയുന്നത്. അല്ലേ സാർ?" തന്റെ സംശയം തീർന്ന സന്തോഷത്തിലായിരുന്നു മമത.

"അതങ്ങനെയാണെന്ന് എനിക്കറിയാം. ഗൾഫ് സ്ട്രീം എന്നും ഒരേ ദിശയിലാണൊഴുകുന്നത് എന്ന് കേട്ടിട്ടുണ്ട്. എല്ലാ പ്രവാഹങ്ങളും അതുപോലെ ഒരേ ദിശയിലേക്കുതന്നെയായിരിക്കുമോ ഒഴുകുന്നത്?" മനു ഇടയ്ക്കു കയറി ചോദിച്ചു.

"അല്ലല്ലോ. ഇന്ത്യൻ തീരങ്ങളിലേക്കെത്തുന്ന മൺസൂൺ പ്രവാഹം സൂര്യഗമനത്തിനനുസരിച്ച് ദിശമാറി ഒഴുകുന്നുണ്ട്." മാസ്റ്റർ ഉദാഹരിച്ചപ്പോൾ ചോദ്യം പിന്നെയും.

"ദിശ മാത്രമാണോ വ്യത്യാസപ്പെടാറുള്ളത്? അത്യഗാധതയിൽ മേലോട്ടും മുകൾപ്പരപ്പിൽനിന്നും താഴോട്ടും പ്രവാഹമുണ്ടല്ലോ. വളരെ സാവധാനത്തിലാണെന്നല്ലേയുള്ളൂ." ഭൂമിശാസ്ത്ര പുസ്തകങ്ങൾ ധാരാളം വായിക്കാറുള്ള നാസർ ഇടപെട്ടു.

"അതെങ്ങനെയാണുണ്ടാകുന്നത്?"നാസറിനെ പരീക്ഷിക്കാൻ വേണ്ടിയായിരുന്നു ആമിന ഇടപെട്ടത്. പക്ഷേ, അവന് മറുപടിയുണ്ടായിരുന്നു.

"താഴേത്തട്ടിലും മുകൾപ്പരപ്പിലും ജലസാന്ദ്രത വ്യത്യാസപ്പെട്ടുകൊണ്ടിരിക്കും, താപവും. സാന്ദ്രത കൂടിയ ജലം സാന്ദ്രത കുറഞ്ഞ ഭാഗത്തേക്ക് നീങ്ങുമ്പോൾ ഇത്തരം ഒഴുക്കുണ്ടാകാം. താപവ്യത്യാസമുള്ള ജലത്തിലും ഇത് സംഭവിക്കാം."

"ഒഴുക്കില്ലാത്ത കടലുണ്ടോ?"

"ഉണ്ടല്ലോ. അറ്റ്ലാന്റിക്കിലെ സർഗാസോ കടൽ ഒരുദാഹരണമാണ്. സമുദ്രത്തിലെ പലവിധ ചണ്ടികളും പ്ലവഗങ്ങളും അടിഞ്ഞുകിടക്കുന്ന ഇവിടം ഗതാഗത യോഗ്യമല്ലത്രേ" നാസർ വിശദീകരിച്ചു.

"സമുദ്രജല പ്രവാഹങ്ങളെ നദികളോടുപമിക്കാറുണ്ടല്ലോ?" മീനയും ചർച്ചയിൽ ഇടപെട്ടു.

"മറുകര കാണാനാവാത്ത വിസ്തൃതി നമ്മുടെ കുട്ടനാടു ഭാഗത്തെ കായൽ പരപ്പിനുണ്ട്. വൻനദികൾ നോക്കെത്താത്ത്ര

വീതിയുള്ളവയാണ്. സമുദ്ര പ്രവാഹങ്ങളിൽ ചെറുതിനുപോലും നൂറുകണക്കിന് കിലോമീറ്റർ വിസ്തൃതി കാണുമത്രേ." നാസർ തന്നെയാണ് വിശദീകരണം നല്കിയത്.

"സമുദ്രത്തിൽ സ്വർണ്ണമുണ്ടെന്നു കേൾക്കുന്നു നേരോ?" മീനയുടെ ചോദ്യം കേട്ട് എല്ലാവരും ചിരിച്ചു.

"എന്താ, ഖനനത്തിന് പരിപാടിയുണ്ടോ?" ലീഡറുടെ അന്വേഷണം. അയാൾ തുടർന്നു.

"വെള്ളത്തിൽ ലയിച്ചിരിക്കുകയല്ലേ സ്വർണ്ണം, ഉപ്പുപോലെ, ഇരുനൂറുകോടി കിലോഗ്രാമിലേറെയുണ്ടത്രേ, സമുദ്രത്തിൽ."

ഇത്ര വിലകൂടിയിട്ടും ഇത് വേർതിരിച്ചെടുക്കാത്തതെന്താണെന്നായി മീരാബെൻ.

"കറിയുപ്പു വേർതിരിക്കുന്നതുപോലെ അത്ര എളുപ്പമല്ലത്. പക്ഷേ, വിദൂരഭാവിയിൽ സംഭവിച്ചുകൂടായ്കയില്ല." മാസ്റ്റർ പറഞ്ഞു.

"കരയിലെ ജീവികളെ തീറ്റിപ്പോറ്റാൻ ധാരാളം വിഭവങ്ങൾ സമുദ്രം തരുന്നില്ലേ. പോരാഞ്ഞിട്ടിപ്പോൾ വൈദ്യുതിയും ഉല്പാദിപ്പിക്കുന്നു. യാത്ര എളുപ്പമാക്കുന്നു. തല്ക്കാലം നമ്മുടെ തലമുറയ്ക്ക് ഇത്രയൊക്കെപ്പോരെ?"

കൂട്ടുകാർക്കിടയിൽ 'സൗമ്യതയുടെ ആൾരൂപം' എന്നു വിശേഷിപ്പിക്കപ്പെടുന്ന അരുണിമയുടെ അഭിപ്രായമായിരുന്നു അത്.

"ശരിയാണ് എന്തുകിട്ടിയാലും തൃപ്തിപ്പെടാത്ത മനസ്സാണ് മനുഷ്യന്റേത്. ചിന്തയോടൊപ്പം വായുവും വെള്ളവും പരിസരവുമെല്ലാം മലിനമാക്കുന്നത് അതാണ്. നമുക്കിതിനെ സ്വയം നിയന്ത്രിക്കാം" മാസ്റ്റർ പറഞ്ഞു.

3

കേന്ദ്രബിന്ദു

"മുത്തശ്ശി മഴ കാണാനിരിക്കയാണോ പുതച്ചുമൂടി?" സാധാരണ സമയങ്ങളിൽ അകത്തു കഴിയാറുള്ള മുത്തശ്ശി വരാന്തയിലിരിക്കുന്നതു കണ്ടാണ് കുട്ടൻ ചോദിച്ചത്.

"അതെ കുട്ടാ, മഴ കാണാനെന്തു രസമാണെന്നോ."

"മഴകേട്ടുറങ്ങാനും രസമല്ലേ മുത്തശ്ശി?"

"അതെ, അതിന്റെ താളം മറ്റേതൊരു സംഗീതനിശയിലും കിട്ടാത്തതല്ലേ?"

"മഴയത്തു കുളിക്കുന്നതോ മുത്തശ്ശി?"

"മഴയത്തു കുളിക്കാൻ കുട്ടനു കൊതിയുണ്ടല്ലേ? കുട്ടിപ്രായത്തിൽ ഞങ്ങൾക്കും കൊതിയായിരുന്നു. അന്നു മഴയത്തിറങ്ങിയാൽ അടി റെഡിയായിരുന്നു. കൊതിയുണ്ടായിരുന്നു. എന്നാലും ചിലപ്പോൾ...?"

മുത്തശ്ശി അകത്തേക്ക് നോക്കി. ആരുമില്ലെന്നുകണ്ടു പതുക്കെപ്പറഞ്ഞു:

"ഞങ്ങൾ ഒരു പണിപറ്റിക്കുമായിരുന്നു. കുടയെടുക്കാതെ സ്കൂളിൽ പോകും. തിരിച്ചു വരുമ്പോൾ മഴയുണ്ടെങ്കിൽ കോളായി. നനഞ്ഞു കുളിച്ച് മഴരസം നുകർന്ന് വീട്ടിലെത്തും. എല്ലാവർക്കും അതൊരു തമാശയായിരുന്നു."

"അപ്പോൾ തല്ലു കിട്ടില്ല. അല്ലേ മുത്തശ്ശീ?"

“ഇല്ല. പിണങ്ങും, കുടകൊണ്ടുപോകാതിരുന്നതിന്. തല തോർത്തി ഉടുപ്പു മാറ്റിക്കാനായിരിക്കും അമ്മയുടെ വെമ്പൽ. മഴകൊണ്ടാൽ പനി വരുമത്രേ!”

“അന്നത്തെ മഴയും ഇന്നത്തെ മഴയും തമ്മിൽ വ്യത്യാസമുണ്ടോ മുത്തശ്ശി?”

പോയകാലത്തെ കാര്യങ്ങൾ അറിയുന്നത് കുട്ടന് വളരെ ഇഷ്ടമായിരുന്നു.

മുത്തശ്ശിക്കും ആ ചോദ്യം ഇഷ്ടപ്പെട്ടു. പഠിപ്പിക്കുമ്പോൾ എല്ലാം നാടകീയമായവതരിപ്പിക്കുന്നതിൽ തനിക്കെന്തു താല്പ

ര്യമായിരുന്നു! ഓരോ വാക്കും ഓരോ ചലനവും കുട്ടികൾ എത്ര ഇഷ്ടത്തോടെയാണ് ശ്രദ്ധിച്ചിരുന്നത്. കാലം ഏറെ മാറിയിരിക്കുന്നു. തനിക്കറിയാവുന്നതിനപ്പുറം അറിയാവുന്ന കുട്ടികൾ! അവരെ പഠിപ്പിക്കാനാവില്ല. പക്ഷേ, ഇപ്പോഴിതാ ഒരു സന്ദർഭം. അനുഭവങ്ങളുടെ വാതിൽ മലർക്കെ തുറക്കാനൊരവസരം.

"പിന്നില്ലേ, ഒരുപാട് വ്യത്യാസമുണ്ട്. കേൾക്കണോ കുട്ടന്?"

"വേണം മുത്തശ്ശി, കുട്ടനു കേൾക്കണം."

"ഇന്നത്തേതിനേക്കാൾ കനത്ത മഴ. മഴ കുറയുമ്പോഴേക്കും ഒരു വെള്ളപ്പൊക്കമുണ്ട്. മലവെള്ളം എന്നാണ് ഞങ്ങൾ പറയാറ്. എല്ലാ വർഷവും അതുണ്ടാകും. തോടെല്ലാം നിറയും. വെള്ളം കരയിലേക്കു കയറും. ഹായ്, അതിൽ നീന്തി നടക്കാൻ എന്തൊരു സന്തോഷമാണെന്നോ, പക്ഷേ, വെള്ളം കൂടുതലുയർന്നാൽപ്പിന്നെ മുറ്റത്തിറങ്ങില്ല. പിന്നീടുള്ള യാത്രയെല്ലാം വഞ്ചിയിലാണ്."

"എല്ലാവർക്കും വഞ്ചിയുണ്ടാകുമോ മുത്തശ്ശി?"

"മിക്കവീടുകളിലും ചെറു വഞ്ചികൾ കാണും. ഇതിനുവേണ്ടി പണിയിച്ചുവെച്ചിരിക്കും. മലവെള്ളം ചിലപ്പോൾ കൂടുതൽ ദിവസം നില്ക്കുമല്ലോ."

"അപ്പോൾ താഴെ പറമ്പുകളിലെ വീട്ടുകാരെന്തു ചെയ്യും?"

"അവർ നേരത്തെതന്നെ പൊക്കത്തെ വീടുകളിലേക്കു മാറിയിരിക്കും. ആവശ്യം വരുമ്പോൾ സഹായിക്കുന്ന അയൽവക്കബന്ധമാണ്അന്നുണ്ടായിരുന്നത്.

ചിലർ അടുത്തുള്ള സ്കൂളുകളിലേക്കും പോകുമായിരുന്നു. തിരിച്ചു വരുമ്പോൾ വീടെല്ലാം ഈർത്ത് മുറ്റം ചെളിപിടിച്ച് പലയിടത്തും ചവർ പുതഞ്ഞ്... ഹൊ, വലിയ അദ്ധ്വാനത്തിനുശേഷമേ വീണ്ടും താമസിക്കാനാവൂ."

"അപ്പോൾ മഴക്കാലം കഷ്ടപ്പാടിന്റെ കാലമാണല്ലോ മുത്തശ്ശീ."

"കഷ്ടപ്പാട് എല്ലാക്കാലത്തുമുണ്ട്. വേനൽ നീണ്ടുനിന്നാൽ കൃഷി ഉണങ്ങിപ്പോകും. കുടിവെള്ള ക്ഷാമം, ഭക്ഷ്യക്ഷാമം, ഒരുപാടു കഷ്ടപ്പാടുകൾ വേറെയും അല്ലേ മുത്തശ്ശി. അങ്ങനെ നോക്കുമ്പോൾ ഏതു കാലാവസ്ഥയും നീണ്ടു നില്ക്കാത്തതാണ് നല്ലത്. അല്ലേ മുത്തശ്ശി?"

"അതങ്ങനെതന്നെ. പക്ഷേ, പ്രകൃതി എപ്പോഴും അങ്ങനെയങ്ങ് അനുഗ്രഹിക്കില്ല." വളരെക്കാലത്തെ ജീവിതാനുഭവമുള്ള മുത്തശ്ശി തുടർന്നു പറഞ്ഞു.

"പ്രകൃതിയെ അനുഗ്രഹമാക്കണം! അതെങ്ങനെ സാധിക്കും മുത്തശ്ശീ?"

"ഇപ്പോൾത്തന്നെ അങ്ങനെയല്ലേ? വർഷക്കാലത്തെ വെള്ളം അണകെട്ടിത്തിരിച്ചുവിട്ട് വേനൽക്കാലത്തു കൃഷി ചെയ്യുന്നു. വെള്ളച്ചാട്ടത്തിൽ നിന്നു വൈദ്യുതി ഉണ്ടാക്കുന്നതുകൊണ്ടല്ലേ രാത്രി വെളിച്ചം കിട്ടുന്നതും വ്യവസായശാലകളത്രയും പ്രവർത്തിക്കുന്നതും?"

"അതു ശരിയാണ്."

അതുപോലെതന്നെ പ്രകൃതിയെ അനുഗ്രഹമാക്കിമാറ്റുന്ന പ്രവർത്തനമാണല്ലോ സൂര്യതാപത്തിൽനിന്നും വൈദ്യുതി ഉല്പാദിപ്പിക്കുന്നതും. കാറ്റും തിരമാലകളും മറ്റും വലിയ ഊർജ്ജക്കലവറകളാണ്. ഉപയോഗിക്കേണ്ടവിധം പരീക്ഷിച്ച് കണ്ടെത്തണമെന്നേയുള്ളൂ."

"പുരോഗതി കൈവരുത്തുന്നതിന് മനുഷ്യാദ്ധ്വാനം വലിയ പങ്കു വഹിക്കുന്നുണ്ടല്ലേ മുത്തശ്ശീ?"

"അതെ, എത്രനാശം വിതയ്ക്കുന്ന പ്രകൃതിശക്തിയെയും മെരുക്കി ഉപയോഗിക്കാനുള്ള മനുഷ്യന്റെ കഴിവാണ് എല്ലാ ഭൗതികനേട്ടത്തിന്റെയും കേന്ദ്രബിന്ദു."

"ഒരു കവിത ഓർമ്മവരുന്നു മുത്തശ്ശീ."

"ആപത്തു ഭാവിയിലിരിക്കുവതായ ഭാഗ്യ-
ദീപത്തിനുള്ള
നിഴലാണുഴലായ്കതിങ്കൽ."

"ഭൂകമ്പങ്ങളും അഗ്നിപർവ്വതങ്ങളും സുനാമിയുമെല്ലാം എത്ര നാശം വിതച്ചാലും ഇങ്ങനെ ചിന്തിച്ച് പ്രവർത്തിക്കണം. അല്ലേ മുത്തശ്ശീ?"

"അതെ." മുത്തശ്ശി എഴുന്നേറ്റു. "ഇപ്പോൾ മഴയില്ല. പണികളിൽ കുട്ടന്റമ്മയെ സഹായിക്കട്ടെ ഞാൻ."

●

4

രുചിയറിയുമ്പോൾ

ഫാം സന്ദർശനത്തിനെത്തിയതായിരുന്നു കൂട്ടുകാർ. നേരത്തെ അനുവാദം വാങ്ങിയാണ് കടൽത്തീരത്തുനിന്ന് മലയോര മേഖലയിലെ ഈ തോട്ടത്തിലേക്കവർ വന്നത്.

"ഉടമസ്ഥൻ ദിനു ഇന്ന് മൂഡ്ഔട്ട് ആണ്." പകരക്കാരനായ ഷിബു പറഞ്ഞു.

"എന്തും ചിരിച്ചുകൊണ്ടു നേരിടുന്ന കർഷകൻ എന്നാണല്ലോ കേട്ടിട്ടുള്ളത്" കുട്ടികൾക്കൊപ്പമുണ്ടായിരുന്ന ജീവശാസ്ത്രാദ്ധ്യാപകൻ വേണു മുന്നറിവ് വ്യക്തമാക്കി.

"കേട്ടതു ശരിയാണ്. ഇവിടേക്കു നോക്കൂ." ദിനുവിന്റെ പരീക്ഷണ വയൽ ചൂണ്ടിക്കാട്ടി ഷിബു പറഞ്ഞു. "വെള്ളരിക്കാപ്പിഞ്ച് മുമ്പെന്നത്തേക്കാളും കൂടുതൽ ഉണ്ടായതാണ്. പക്ഷേ, അല്പം വലുതാവുമ്പോൾ എല്ലാം കേടാകുന്നു."

"നെഞ്ച് തകർന്നിട്ടുണ്ടാകും ദിനുവിന്" മാസ്റ്റർ അനുതപിച്ചു.

"ദിനുവിന് ഒരു കൂസലുമില്ല. ഇന്നത്തെ ശാപം നാളെ അനുഗ്രഹമാകും എന്നാണ് അയാളുടെ തത്ത്വശാസ്ത്രം. പ്രകൃതി ശിക്ഷിക്കുമ്പോൾ തന്നെ രക്ഷിക്കാനുള്ള മാർഗ്ഗവും ഒളിപ്പിച്ചിരിക്കും എന്നയാൾ വിശ്വസിക്കുന്നു. എങ്കിലും..."

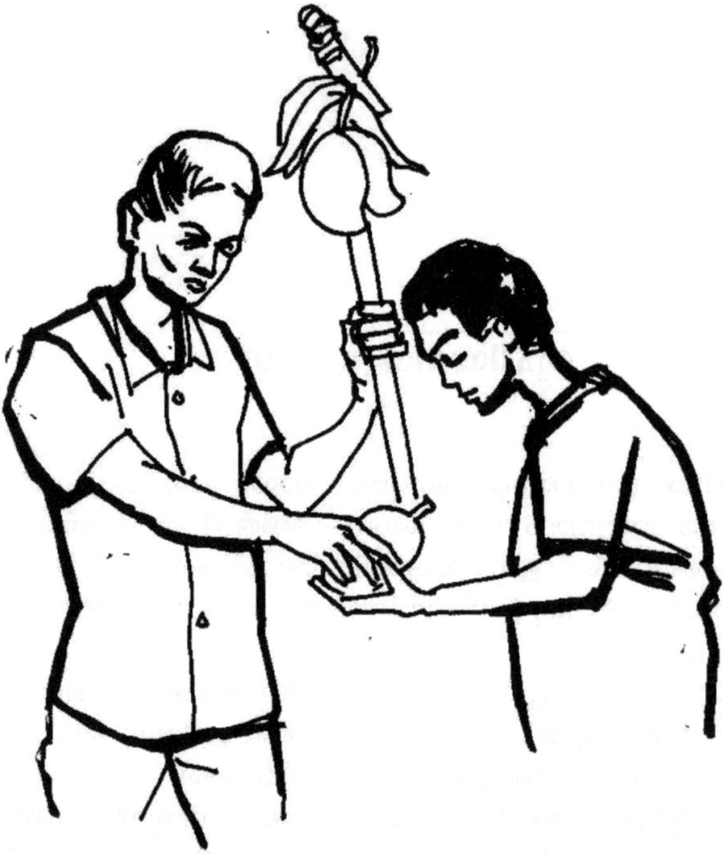

എന്തോ ആലോചിച്ചു അയാൾ പറഞ്ഞു.

"നമുക്കിവിടത്തെ കൃഷികൾ കാണാം." ഞാറ്റടികളിലേക്കും വളം ചെയ്യുന്ന രീതികളിലേക്കും രോഗം തടയുന്ന ടെക്നിക്കുകളിലേക്കും അയാൾ കുട്ടികളെ നയിച്ചു.

അങ്ങനെ നടന്നെത്തിയത് പ്രീയൂരും മയിൽപ്പീലിയനും നീലവും മറ്റും പാകമായിത്തുടങ്ങുന്ന മാവിൻതോട്ടത്തിലേക്കാണ്.

“ഹായ് എന്തൊരു ഭംഗി അല്ലേ?”

“ഇല കാണാത്തത്ര ഫലങ്ങൾ!”

കുട്ടികൾ കൊതിപറയുന്നതിനിടയ്ക്ക് മാവിൽ ചാരിയിരുന്ന തോട്ടി എടുത്തു ഷിബു പഴുത്തു തുടങ്ങിയ കുറേ മാങ്ങകൾ പറിച്ചെടുത്തു. എല്ലാവരും വേണ്ടത്ര കൈയിലെടുത്തോളൂ.” അയാൾ നിർദ്ദേശിച്ചു.

പിന്നേയും കാഴ്ച, വിശദീകരണം... പന്തലിച്ചുനില്ക്കുന്ന വേപ്പുമരങ്ങൾക്കു താഴെയെത്തിയപ്പോൾ അയാൾ പറഞ്ഞു.

“ജൈവ കീടനാശിനിയുടെ പ്രധാന സ്രോതസ്സാണിത്. ഇവിടെയുള്ള ബഞ്ചുകളിൽ ഇരിക്കാം. ഒരു പാത്രത്തിൽ കത്തികൾ ഉണ്ട്. എടുത്ത് കഴുകിയതിനുശേഷം മാങ്ങകൾ ചെത്തിപ്പൂളാം.”

അതിയായ സന്തോഷത്തോടെ കുട്ടികൾ ചെറുഗ്രൂപ്പുകളായിരുന്നു മാങ്ങകൾ പൂളിത്തിന്നാൻ തുടങ്ങി. അല്പം അരികത്തേക്കുമാറി മാസ്റ്ററും ഷിബുവും സംഭാഷണത്തിലേർപ്പെട്ടു. “നമുക്കും കഴിച്ചു തുടങ്ങാം” മാങ്ങ കഷണങ്ങളാക്കി ഒരിലയിൽ വെച്ച് അയാൾ പറഞ്ഞു.

രുചി നുകർന്നുകൊണ്ടിരിക്കെ മാസ്റ്റർ ചോദിച്ചു: “ദിനുവിനെപ്പറ്റി സംസാരിക്കുകയായിരുന്നല്ലോ, നമ്മൾ മുഴുവനാക്കിയില്ല...”

“അവന്റെ മൂഡ്ഔട്ടിനു കാരണമിതാണ്.”

പോക്കറ്റിൽനിന്നും ഒരു കടലാസെടുത്ത് ഷിബു മാസ്റ്റർക്കു നേരെ നീട്ടി. അത് ഒരു പത്രറിപ്പോർട്ടായിരുന്നു.

‘ഇന്ത്യയിൽനിന്നുള്ള പച്ചക്കറിയിൽ
ജർമ്മനി കീടനാശിനി കണ്ടെത്തി.’

യൂറോപ്യൻ യൂണിയൻ അനുവദിക്കുന്നതിനേക്കാൾ അയ്യായിരത്തിത്തൊള്ളായിരം ശതമാനം കൂടുതലുണ്ടത്രേ! വെണ്ടയ്ക്ക, മുളക്, പയർ, പാവയ്ക്ക, മല്ലി എന്നിവയിലെല്ലാം കീടനാശിനി ഉണ്ടുപോലും.

മാസ്റ്റർ റിപ്പോർട്ടിൽനിന്നും കണ്ണെടുത്തപ്പോൾ ഷിബു

പറഞ്ഞു: "പ്രകൃതിയുടെ ശിക്ഷയെ അതിജീവിക്കാം. പക്ഷേ, മനുഷ്യന്റെ ശിക്ഷയെ അതിജീവിക്കുന്നതെങ്ങനെ? അതുപറഞ്ഞാണ് ദിനു സങ്കടപ്പെടുന്നത്." അയാൾ ഒരു നെടുവീർപ്പോടെ തുടർന്നു.

"കേവലം കുറച്ചുപേരുടെ വിഡ്ഢിത്തം മാനവരാശിക്കു തന്നെ വിനാശകരമാകുമെന്ന് ദിനു എപ്പോഴും ഓർമ്മിപ്പിക്കാറുണ്ട്."

മാങ്ങയിൽനിന്നു ശ്രദ്ധ തിരിച്ച് മാസ്റ്റർ മറ്റെന്തോ ചിന്തിച്ചു കൊണ്ടിരുന്നു. അപ്പോൾ ഷിബു വിളിച്ചു:

"മാസ്റ്റർ."

"ശരിയാണ്. അമിതമായ കീടനാശിനി പ്രയോഗം ആരോഗ്യത്തെ ഹനിക്കും. അതിലുപരി കീടങ്ങളുടെ അതിജീവനത്തിന് വഴിവെക്കുകയും ചെയ്യും." പഴയ ഒരു സംഭവം ഓർമ്മയിൽ വന്നത് വിവരിച്ചുകൊണ്ട് മാസ്റ്റർ തുടർന്നു.

"വർഷങ്ങൾക്കുമുമ്പ് മൂട്ട ശല്യം തീർക്കാൻ ഡി ഡി ടി എല്ലാ വീട്ടിലും തളിച്ചു. സർക്കാർ പദ്ധതിയായിരുന്നു. ആറുമാസം വേണ്ടി വന്നില്ല വീണ്ടും പെരുകാൻ. മുട്ടകൾ നശിക്കാതെ കിട്ടുന്നതാണു കാരണം. അവ വിരിഞ്ഞു കുഞ്ഞുങ്ങളായപ്പോഴേക്കും അവശേഷിച്ചിരുന്ന ഡി ഡി ടിപ്പൊടി തിന്ന് അവയ്ക്കു വളരാൻ കഴിഞ്ഞു. പ്രതിരോധശക്തി കിട്ടിയ അവയെ നശിപ്പിക്കാൻ കൂടുതൽ മാരകമായ വിഷം വേണ്ടി വന്നു."

"കീടനാശിനി പ്രയോഗം മനുഷ്യനെ വിഷം തീറ്റിക്കുന്നു. തിന്നുന്നത് വല്ലവരുമല്ലേ എന്നാണ് അതുചെയ്യുന്നവരുടെ വിചാരം."

"കഷ്ടം, 'ലോകാ സമസ്താ സുഖിനോഭവന്തു' എന്നു വിളംബരം ചെയ്ത നാടല്ലേ നമ്മുടേത്." മാസ്റ്റർ അത്ഭുതം കൂറി. "എങ്കിലും ദിനുവിനെപ്പോലുള്ളവരുമുണ്ടല്ലോ. നമുക്കാശ്വസിക്കാം" അദ്ദേഹം പറഞ്ഞു നിർത്തി.

"അതെ." ഷിബു പോക്കറ്റിൽനിന്നും മൊബൈൽ ഫോണെടുത്തു സമയം നോക്കി.

"ഉച്ചയൂണിനുമുമ്പ് ഒരു ഭാഗംകൂടി കുട്ടികളെ കാണിക്കണം" അവർ വീണ്ടും കാഴ്ചയിലേക്കു മടങ്ങി.

●

5

എന്റെ ചെടിയിൽ പൂവന്നേയ്!

കുട്ടി നട്ടു നനച്ചു വളർത്തിയവയാണ് മുളകു ചെടികൾ. അവയുടെ വളർച്ച കണ്ട് അവൾ പുളകിതയായി.

ചാണകം തൊടുന്നത് ഇഷ്ടമില്ലാതിരുന്ന അവൾ തന്റെ പ്രിയപ്പെട്ട ചെടികൾക്കുവേണ്ടി അത് ഉണക്കിപ്പൊടിച്ചു. അമ്മ മീൻ നന്നാക്കുമ്പോൾ അതിന്റെ വെള്ളം കപ്പിൽ കൊണ്ടുപോയി കടയ്ക്കു ചുറ്റും ഒഴിച്ചു.

“നന്നായി വളരണം കേട്ടോ” കടയ്ക്കലെ മണ്ണുമാറ്റി ചാണകപ്പൊടി ഇടുമ്പോൾ ഓരോ ചെടിയോടും അവൾ പറഞ്ഞു. നിർദ്ദേശം സ്വീകരിച്ചമട്ടിൽ ചെടികൾ തലയാട്ടിക്കൊണ്ടിരുന്നു.

ഒരുദിവസം രാവിലെ ചെന്നു നോക്കിയപ്പോൾ “ഹായ് എന്റെ മുളകുചെടിയിൽ പൂവന്നേയ്!” അവൾ ഓടി നടന്ന് എല്ലാ കുടുംബാംഗങ്ങളെയും അറിയിച്ചു. കുട്ടിയുടെ ആഹ്ലാദത്തിൽ എല്ലാവരും പങ്കുകൊണ്ടപ്പോൾ കുഞ്ഞു മനസ്സിൽ ഉത്സവത്തിന്റെ കൊടിയേറ്റം.

നാളുകൾ കടന്നുപോയി. പൂക്കളുടെ സ്ഥാനത്ത് ഭംഗിയുള്ള വെളുത്ത മുളകുകൾ നിരന്നു. അവൾ ചെടികൾക്കു കൊടുത്തുകൊണ്ടിരുന്ന മീൻവെള്ളത്തിന്റെ അളവുകുട്ടി.

ചെടികളിൽ മുളകുകൾ നിറഞ്ഞുനിന്ന കാര്യം കൂട്ടുകാ

രോടു പറഞ്ഞപ്പോൾത്തന്നെ അതൊരു ചർച്ചാവിഷയമായിരുന്നു. അതിലൊരെണ്ണം പഴുത്തുതുടങ്ങിയെന്നറിയിച്ചപ്പോൾ എല്ലാ കൂട്ടുകാർക്കും അത് കാണണമെന്നായി. അടുത്ത ഞായറാഴ്ച അതിനായി നിശ്ചയിക്കപ്പെട്ടു.

പക്ഷേ, അന്നു വൈകുന്നേരം വെള്ളവുമായി അരികിലെത്തിയപ്പോൾ അവൾ ഞെട്ടിപ്പോയി. മൂന്ന് ചെടികളുടെ ചോട്ടിലെ

മണ്ണ് ഉറുമ്പ് തിരഞ്ഞുമാറ്റിയിരിക്കുന്നു. അവിടെ ആകമാനം ഭ്രാന്തൻ ഉറുമ്പുകൾ ഓടി നടക്കുന്നു. വാടിയ ചെടികൾ ചെരിഞ്ഞ് വീഴാൻ നില്ക്കുന്നു. വളരെ നാളത്തെ തന്റെ അദ്ധ്വാനം പാഴായതോർത്തപ്പോൾ അവൾക്ക് സഹിക്കാനായില്ല. സങ്കടത്തോടെ അവൾ അമ്മയുടെ അടുത്തേക്കോടി.

"എന്റെ ചെടിയെല്ലാം ഉറുമ്പു തിന്നു."

"ഉറുമ്പ് തിന്നെന്നോ? ഞാൻ രാവിലെ നോക്കിയതാണല്ലോ? ഒരു കുഴപ്പവുമില്ലായിരുന്നു. വാ മോളെ നമുക്കൊന്നുകൂടി നോക്കാം."

അമ്മ മകളോടൊപ്പം ചെടികൾക്ക് അരികിലെത്തി.

"അയ്യോ ഇതെന്തുപറ്റി? ഇനി എന്തുചെയ്യും?"

അമ്മയുടെ വാക്കുകളിലെ നിസ്സഹായത അവളെ കരയിപ്പിച്ചു.

"മോളു കരയാതെ." ആശ്വസിപ്പിക്കാൻവേണ്ടി അമ്മ പറഞ്ഞു.

"അച്ഛൻ കൊണ്ടുവന്ന ഉറുമ്പുപൊടി ഒരു പൗഡർ ടിന്നിലിട്ടു വെച്ചിട്ടുണ്ട്. അതിട്ടാൽ ഉറുമ്പെല്ലാം ചത്തുപൊയ്ക്കൊള്ളും."

കുട്ടി കരച്ചിലടക്കി ഉറുമ്പുപൊടിയും വെള്ളവുമായെത്തി. വാട്ടം കുറയ്ക്കാൻ വേണ്ടി ആദ്യം വെള്ളമൊഴിച്ചു. അതു വറ്റിയപ്പോൾ ചെടി നേരെ നിർത്തി ഉറുമ്പുപൊടി വിതറി മണ്ണിട്ടുമൂടി. മണ്ണിനു മീതെ ഒരിക്കൽക്കൂടി പൊടി വിതറി.

ചെയ്ത പ്രവൃത്തിക്കു ഫലമുണ്ടായി. പിന്നീട് ഉറുമ്പു ശല്യമുണ്ടായില്ല. കുറച്ചു ദിവസംകൊണ്ട് ചെടികളുടെ ക്ഷീണം മാറി.

അന്നൊരു ശനിയാഴ്ചയായിരുന്നു. മുടക്കു ദിവസമായതുകൊണ്ട് പ്രോജക്ട് പ്രവർത്തനങ്ങൾ ചെയ്യുന്നതിന് കൂട്ടുകാരി സുലത പത്തു മണിക്ക് എത്താമെന്നേറ്റിരുന്നു.

ഒഴിവുദിവസങ്ങളിൽ പതിവുള്ള കൂടുതലുറക്കം ഇന്നവൾ വേണ്ടെന്നുവെച്ചു. കൂട്ടുകാരി എത്തുമ്പോഴേക്കും ഹോംവർക്കുകൾ ചിലതു ചെയ്യണം. അതിനു മുമ്പ് പതിവു നനയ്ക്കുവേണ്ടി അവർ ചെടികൾക്കരികിലേക്കു നടന്നു.

കഷ്ടം! ഉറുമ്പുകൾ പിന്നെയും മണ്ണെടുത്തിരിക്കുന്നു. തന്റെ നാലു ചെടികളും വാടിക്കഴിഞ്ഞു. അവൾ വിതുമ്പി. നനയ്ക്കാൻ നില്ക്കാതെ പഠനമുറിയിൽ പോയി തളർന്നിരുന്നു.

ഇനി എന്താണു ചെയ്യുക. ഒരു പരിഹാരവും മനസ്സിലേക്കെത്തിയില്ല. ഹോംവർക്കു ചെയ്യാനും കഴിയുന്നില്ല.

കോളിങ് ബെൽ ശബ്ദം കേട്ട് അവൾ എഴുന്നേറ്റു. അലസമായി നടന്നുചെന്ന് വാതിൽ തുറന്നപ്പോൾ മുന്നിൽ അമ്മാവൻ.

ഒരു വിഷാദം കലർന്ന ചിരിയോടെ അമ്മാവന്റെ കൈപിടിച്ച് അവൾ അടുക്കള ഭാഗത്തേക്കു നടന്നു. അമ്മ പുറത്ത് മീൻ വെട്ടുകയാണ്.

"അമ്മേ മാമൻ" അമ്മ തിരിഞ്ഞു നോക്കുമ്പോഴേക്കും അവർ അരികത്തെത്തിക്കഴിഞ്ഞിരുന്നു.

കുശലപ്രശ്നങ്ങൾക്കുശേഷം അമ്മാവൻ ചോദിച്ചു: "മോൾക്കെന്താണൊരു മാറ്റം? പഴയ പ്രസരിപ്പെവിടെപ്പോയി? വിശേഷിച്ചെന്തെങ്കിലും?"

"അവൾ പാലിച്ചു വളർത്തിയിരുന്ന മുളകുചെടികൾ ഉറുമ്പുതിന്നുവാടി. പൊടിവിതറിയിട്ടും ഫലമില്ല." അമ്മ പറഞ്ഞു.

"ഇന്ന് ഉറുമ്പിന്റെ ആക്രമണം വീണ്ടുമുണ്ടായി." സങ്കടത്തോടെയുള്ള കുട്ടിയുടെ വാക്കുകൾ കേട്ട് അമ്മാവൻ തിരിഞ്ഞു.

"വരൂ, മാമനൊന്നു കാണട്ടെ" അവർ ചെടികൾക്കരികിലെത്തി. വിശേഷങ്ങളെല്ലാം ചോദിച്ചറിഞ്ഞ അദ്ദേഹം പറഞ്ഞു.

"ഉറുമ്പുപൊടിയിലുള്ളത് ഡി ഡി റ്റിയാണ്. നശിക്കാത്ത വിഷം; ഇനി അതുപയോഗിക്കേണ്ട."

"പിന്നെ."

"ഇതിന് ജൈവകീടനാശിനികൾ ധാരാളം മതിയാകും."

"ഒരു ശാസ്ത്രാദ്ധ്യാപകനും പരീക്ഷണതല്പരനുമായ അദ്ദേഹം വിശദീകരിച്ചു. പൊടി വിതറിയപ്പോൾ ഉറുമ്പുകൾ നശിച്ചു. മുട്ടകൾ നശിച്ചില്ല. അവയിൽനിന്നാണ് വീണ്ടും ഉറുമ്പുകൾ പിറന്നത്. മോള് അമ്മയുടെ അടുത്തുനിന്ന് കുറച്ച് മീൻ കുടലോ ചെതുമ്പലോ കൊണ്ടുവരൂ. നമുക്കൊരു വിദ്യ പ്രയോഗിക്കാം." അദ്ദേഹം നിർദ്ദേശിച്ചു.

മാമനെ അവൾക്കു വിശ്വാസമാണ്. അവൾ ഒരു ചിരട്ടയിൽ മീൻകുടലുമായെത്തി.

"അത് ചെടിയിൽനിന്നു കുറച്ചകലെ പല സ്ഥലത്തായിട്ടേക്ക്." പറഞ്ഞതുപ്രകാരം കുട്ടി ചെയ്തുകഴിഞ്ഞപ്പോൾ "ഇനി നമുക്ക് കുറേ കഴിഞ്ഞു വന്നുനോക്കാം.' അവർ കുട്ടിയുടെ പഠനമുറിയിലേക്കു പോയി.

പഠനവിഷയങ്ങൾ സംസാരിക്കുന്നതിനിടയ്ക്ക് അമ്മ ചായയുമായെത്തി. കുടി കഴിഞ്ഞപ്പോൾ "നമുക്ക് ചെടികൾക്കടുത്തേക്ക് ചെല്ലാം. മോള് ഒരു തീപ്പെട്ടിയും കുറച്ച് കടലാസുമെടുത്തോളൂ." മാമൻ പുറത്തേക്കു നടന്നു.

അവർ ചെടികളുടെ സമീപത്തെത്തി. "ഹായ് ഉറുമ്പെല്ലാം ഒരുമിച്ചു കൂടിയല്ലോ മാമാ." കുട്ടി ആശ്ചര്യത്തോടെ പറഞ്ഞു.

"മോള് കടലാസ് ചുളിക്കിപ്പിടിച്ചോളൂ" അദ്ദേഹം തീപ്പെട്ടിക്കൊള്ളി ഉരച്ച് കടലാസ് കത്തിച്ചു. നല്ലവണ്ണം കത്തിക്കഴിഞ്ഞപ്പോൾ പെട്ടെന്ന് ഉറുമ്പുകൂട്ടങ്ങളെ കരിച്ചു. കടലാസ് കത്തിതീർന്നപ്പോഴേക്കും ഉറുമ്പെല്ലാം കരിഞ്ഞ് ചത്തിരുന്നു.

"ഒരാഴ്ച ഇങ്ങനെ ചെയ്താൽ മതി. മുളകുചെടികൾ നന്നായിക്കോളും." അപ്പോഴേക്കും കുട്ടിയുടെ മുഖത്ത് ആഹ്ലാദത്തിന്റെ അരുണിമ പടർന്നിരുന്നു.

●

6

സ്നേഹവും ദേഷ്യവും

പ്രകൃതിയിലെ പക്ഷികളും പൂക്കളും ഞാനും കൂട്ടുകാരാണെന്ന് എന്നെ പഠിപ്പിച്ച അദ്ധ്യാപികയുടെ കൂടെ ഒരു യാത്രയിലായിരുന്നു ഞാൻ.

നദീതീരത്തെ പുൽമൈതാനത്ത് ഞങ്ങളിരുന്നു. ഹായ്... എന്തൊരു സുഖമാണീയന്തരീക്ഷം!

കണ്ണും കാതുമുള്ളവർ കാണുന്നതും കേൾക്കുന്നതും ഞാൻ അനുഭവിക്കുന്നു. എന്റെ അകക്കണ്ണിലൂടെ.

സുന്ദരമായ പൂക്കളും പച്ചപ്പട്ടുപുതച്ച കുന്നുകളും കാറ്റിൽ ചൂളം വിളിക്കുന്ന മരങ്ങളും എന്റെ മനസ്സിൽ ആനന്ദം കോരി നിറച്ചുകൊണ്ടിരുന്നു.

മൈതാനമാകെ ഉല്ലസിച്ചു നടന്ന ഞങ്ങൾ ഇപ്പോൾ വീട്ടിൽനിന്നും വളരെ ദൂരത്താണ്; ഇനി മടങ്ങണം.

തിരിച്ചുള്ള വഴിയിൽ അനുഭവങ്ങൾ മാറുകയാണോ? പ്രഭാത സൂര്യന്റെ സൗഹൃദഭാവം ഇപ്പോൾ, ഈ ഉച്ചനേരത്ത് ഇല്ല തന്നെ. എന്തൊരു ചൂടാണിത്!

ഏതായാലും വഴിയിൽ തണൽമരങ്ങൾ ഉണ്ടായിരുന്നത് ആശ്വാസമായി. അല്ല, അവ തണൽമരങ്ങൾ മാത്രമാണോ? ഒന്നാന്തരം ഫലവൃക്ഷങ്ങളെ തണൽമരങ്ങളെന്നു വിളിച്ചാൽ മതിയോ?

എന്നാലും രണ്ടിടത്ത് മരച്ചുവട്ടിൽ വിശ്രമിച്ചപ്പോഴും ഇവയുടെ തണൽ തന്നെയാണ് സഹായകമായത്.

പകുതിവഴി പിന്നിട്ടതേയുള്ളൂ. ഇനിയും ഒരുപാടു നടക്കണം. കൈയിൽ കരുതിയിരുന്ന വെള്ളവും തീർന്നിരിക്കുന്നു!

സാരമില്ല; മനസ്സിന്റെ ബാല്യത്തിന് ഈ വരണ്ട അന്തരീക്ഷം പോലും സഹനീയംതന്നെ.

ഇനി കുറച്ചുദൂരമേയുള്ളൂ. എങ്കിലും ഒരു മരത്തേക്കൂടി ആശ്രയിക്കാതെ വയ്യ.

“ഇതാ, ഈ മരച്ചുവട് വിശ്രമത്തിനു പറ്റിയതുതന്നെ.” ടീച്ചർ പറഞ്ഞു.

“എങ്കിൽ നമുക്കിവിടെ അല്പനേരം തങ്ങാം.” ഞാനും അഭിപ്രായപ്പെട്ടു.

കണ്ണുംകാതുമായ എന്റെ വിരൽത്തുമ്പുകൾ മരത്തെ തൊട്ടുരുമ്മി. “അല്ലാ, ഈ മരത്തിൽ അടുത്തടുത്ത് ചില്ലുകളുണ്ടല്ലോ.”

“ഉണ്ട്. ഏതെങ്കിലും കൊമ്പിൽക്കയറി ഇരിക്കണമെന്ന് തോന്നുന്നുണ്ടോ കുട്ടിക്ക്?”

“ഉവ്വ്. അതിനെനിക്ക് പറ്റുമോ മാഡം?”

“എന്തേ പറ്റാത്തെ? കുട്ടി കയറിക്കോളൂ.”

ഞാൻ ഓരോ ചില്ലയും സ്പർശിച്ച് മനസ്സിലാക്കി, പിടിച്ചു കയറാൻ തുടങ്ങി. ഓരോ ചില്ലയും ഇലയും പൂവും, വൈവിദ്ധ്യംകൊണ്ട് എന്തെല്ലാം അനുഭവങ്ങളാണ് നല്കുന്നത്!

വിരലുകളും കാൽപ്പാദങ്ങളും ഓരോ നിമിഷവും മനസ്സിലേക്ക് ടെലഗ്രാം അടിച്ചുകൊണ്ടിരിക്കുന്നു.

അനുഭവങ്ങൾ നല്കുന്ന ചിത്രങ്ങളുടെ തെളിമ ഓർമ്മയുടെ പുസ്തകത്തിൽ പേജുകൾ നിറയ്ക്കുകയാണ്.

“മതി ഹെലൻ, നീ വളരെ ഉയരത്തിലെത്തിയിരിക്കുന്നു.”

“മാഡം, അല്പംകൂടി.”

കാഴ്ചയുള്ളവരേക്കാൾ വേഗത്തിൽ കയറുന്ന എന്നെക്കണ്ട് എന്റെ മിസ്സ് ആഹ്ലാദിക്കുകയും അതേസമയം ഭയപ്പെടുകയും ചെയ്യുന്നതു പോലെ...

“ഹെലൻ, ദയവു ചെയ്ത് കയറ്റം നിർത്തൂ.”

“ശരി മാഡം,” ഞാൻ വിരൽത്തുമ്പുകൊണ്ട് ഒരിക്കൽക്കൂടി പരിശോധന നടത്തി.

മുമ്പാരോ ഒരുക്കിവെച്ച ഇരിപ്പിടംപോലുള്ള ഒരു സ്ഥലം ഈ ചില്ലയിലുണ്ട്. അവിടെ ഞാനിരുന്നു.

"നിനക്കു വിശക്കുന്നില്ലേ?"

"ഞാനിതാ ഇറങ്ങുകയായി, ഭക്ഷണവുമായി നമുക്ക് തിരിച്ചെത്താം."

"കുട്ടിക്ക് അത്രയ്ക്കിഷ്ടമാണെങ്കിൽ ഞാൻ പോയി വരാം. അതുവരെ അവിടെത്തന്നെ ഇരിക്കുമോ നീയ്യ്?"

"നിശ്ചയമായും ഞാൻ ഈ ചില്ലയിൽ തന്നെയുണ്ടാകും."

മരം കയറ്റം എനിക്കൊരു ഹരമാണെന്ന് മാഡത്തിന് നേരത്തേയറിയാം. അതുകൊണ്ട് ആശങ്ക ലേശമില്ലാതെയാണ് അവർ പുറപ്പെട്ടതും.

മരച്ചില്ലയിലിരുന്ന് ചിന്തയുടെ സുന്ദരലോകത്ത് രമിക്കുകയായിരുന്നു ഞാൻ. പ്രകൃതിയുമായി സമരസപ്പെടാൻ ഇത്രയും കഴിവുകൾ തന്ന ഈശ്വരനെ സ്തുതിച്ചു ഞാൻ പാടി.

"ദൈവമേ, എന്റെ പൊന്നു ദൈവമേ
ചേതനയ്ക്കു ചിറകേകി, എന്നുമെന്നു-
മാനന്ദത്തിൻ തേനമൃതം
നല്കുമെന്റെ
പൊന്നു ദൈവമേ
വന്ദനം! വന്ദനം! വന്ദനം!"

എന്തോ ഈ നിമിഷത്തിൽ ദൈവം അതുകേട്ടിരിക്കില്ല.

അന്തരീക്ഷത്തിന്റെ പ്രസന്നത നഷ്ടപ്പെട്ടു. പകൽ സമയമെങ്കിലും ആകാശം ഇരുണ്ട മുഖം കാണിക്കുന്നതായി അനുഭവപ്പെട്ടു.

ഏയ്, വെറും സംശയം. ഞാൻ മനസ്സിനെ വിശ്വസിപ്പിക്കാൻ ശ്രമിച്ചു.

പക്ഷേ, അനുഭവം തിരിച്ചായി.

മരത്തിൽനിന്ന് ഇലകളും ഉണക്കച്ചില്ലകളും എടുത്തെറിയുന്നതു പോലെ. അവ ശരീരത്തിൽ ശക്തിയായി തട്ടിത്തെറിച്ച് പോയിക്കൊണ്ടിരിക്കുന്നു. പിന്നെയും പിന്നെയും അനുഭവങ്ങൾ ആവർത്തിക്കുകയാണ്.

ശക്തിയായ കാറ്റാണ്. മരം അടിയമരം ആടിയുലയുന്നു. ഇത് വീഴുമോ? അല്ല, ഒടിയുമോ? ഇതിന്റെ അടിയിൽപ്പെട്ട് ചതഞ്ഞര

യാനാണോ എന്റെ വിധി!

ഈശ്വരാ, മാഡം വേഗമൊന്നു വന്നെങ്കിൽ. ധൈര്യശാലിയെന്ന് എല്ലാവരും വിശേഷിപ്പിച്ചിരുന്ന ഞാൻ കരച്ചിലിന്റെ വക്കത്തെത്തി.

മഴ പെയ്തു തുടങ്ങി. പേമാരി തന്നെ. അല്പം മുമ്പത്തെ കൊടും ചൂട് തണുപ്പിന് വഴിമാറിയിരിക്കുന്നു. മണൽത്തരി പോലത്തെ മഞ്ഞുകണങ്ങൾ ശരീരത്തെ പൊതിയുകയാണ്.

എന്തായാലും ഈ ചില്ലയിൽനിന്ന് പിടിവിടില്ല ഞാൻ. തീരുമാനിച്ചുറച്ച് ഞാനിരുന്നു; ഒരർദ്ധബോധാവസ്ഥയിൽ,

മഴ മാറിയിരുന്നില്ല. കൈയിൽ ഒരു സ്പർശനം. ഞാൻ എന്റെ വിറയ്ക്കുന്ന വിരലുകൾകൊണ്ട് തടവി നോക്കി.

ഭാഗ്യം! അത് മാഡമായിരുന്നു.

●

ഹെലൻ കെല്ലറുടെ ജീവിതത്തെ അനുസ്മരിച്ചുകൊണ്ട്.

7

സമയക്രമം

കൂട്ടുകാരില്ലാത്ത കുട്ടിക്കാലം. ആര്യമോൾ പടം വരച്ചും കഥകൾ വായിച്ചുകേട്ടും വളരുകയായിരുന്നു. കുട്ടിക്ക് അതു കൊണ്ട് ഒരുകുറവും തോന്നിയിരുന്നില്ല. എന്നാൽ അമ്മയുടെ ചിന്ത വ്യത്യസ്തമായിരുന്നു.

ധാരാളം കൂട്ടുകാരും ഓമനിക്കാൻ വീടുനിറയെ ആളുകളുമുണ്ടായിരുന്ന ആ സുവർണ്ണകാലം ഓർമ്മയിൽ വരുമ്പോഴെല്ലാം കുട്ടികളുടെ മനഃശാസ്ത്രം നന്നായറിയാമായിരുന്ന ആ അമ്മയ്ക്ക് മകളുടെ നഷ്ടത്തിൽ വേദന തോന്നിയിരുന്നു.

ഒരു ദിവസം അമ്മ അച്ഛനോട് പറഞ്ഞു: “നമ്മുടെ ടി വിയിൽ കുട്ടിക്ക് ഇമ്പമുള്ള പരിപാടികൾ കുറവാണ്. ഇങ്ങനെ പോയാൽ അവളൊരു പുസ്തകപ്പുഴുവായിപ്പോകും. എനിക്ക് പേടിയാകുന്നു.”

“നിന്റെ പരിഹാര നിർദ്ദേശമെന്താണ്?” അയാൾ അന്വേഷിച്ചു.

“കേബിൾ കണക്ഷനെടുത്താൽ കുട്ടികളുടെ പരിപാടികൾ ധാരാളമുണ്ടാകും. മോൾക്ക് കാണാനും പഠിക്കാനും അതുപകരിക്കും.”

“ഓഹോ, എങ്കിൽ അങ്ങനെയാവട്ടെ.”

അങ്ങനെ ആര്യക്കുട്ടിക്ക് ‘പോഗോ’ ചാനലും, സി എൻ എന്നും ‘ആനിമാക്സും’ കാണാൻ സൗകര്യമുണ്ടായി. അവൾ

പൊട്ടിച്ചിരിക്കുന്നതുകേട്ട് ആ അമ്മ ഏറെ സന്തോഷിച്ചു.

"നോക്ക്, നമ്മുടെ മോൾ എത്ര ആഹ്ലാദവതിയായിരിക്കുന്നു."

കൊല്ലം ഒന്നുരണ്ട് കടന്നുപോയി. ഇപ്പോൾ ആര്യ മൂന്നാം ക്ലാസിൽ. ഒന്നും രണ്ടും ക്ലാസുകളിലെ വിഷയങ്ങളിൽ എ ഗ്രേഡോ എ പ്ലസോ കിട്ടിയിരുന്ന കുട്ടിയെപ്പറ്റി അച്ഛനമ്മമാർക്ക് അഭിപ്രായ വ്യത്യാസമില്ലായിരുന്നു.

"നിർബ്ബന്ധിച്ചു പഠിപ്പിക്കാതെ കിട്ടിയതല്ലെ. ഈ പ്രായ ത്തിൽ ഇത്രയൊക്കെ മതി." അവർ ആശ്വസിച്ചു.

കുട്ടിക്ക് സ്കൂളിൽ കളിക്കൂട്ടുകാർ ധാരാളമായി, അതിൽ ചിലർ അയൽക്കാരും. ഒഴിവുദിവസങ്ങളിൽ കുട്ടി അവരോടൊത്ത് കളിക്കാൻ തുടങ്ങി. അമ്മ ഇടപെട്ടില്ല.

“കുഞ്ഞിലേ അവൾക്ക് നഷ്ടപ്പെട്ട അവസരങ്ങൾ ഇപ്പോഴെങ്കിലും തിരിച്ചു കിട്ടിയല്ലോ.” അവർ സമാധാനിച്ചു.

ഓണാവധിക്കാലം അടിച്ചുപൊളിക്കാൻ കിട്ടിയ അവസരം ആര്യമോൾ നന്നായി ഉപയോഗിച്ചു. സ്കൂൾ തുറന്നപ്പോൾ പ്രോഗ്രസ് റിപ്പോർട്ടിൽ ഗ്രേഡ് ബിയും എയും മാത്രം. എ+ ഒന്നു പോലുമില്ല. അമ്മയ്ക്ക് പേടിയായി. തന്റെ മനഃശാസ്ത്രബോധം ചതിക്കുകയാണോ?

കളിസമയം ചുരുക്കാൻ നിർബ്ബന്ധിച്ചില്ലെങ്കിലും കൂടുതൽ സമയം പഠിക്കാനാവശ്യപ്പെട്ടുതുടങ്ങി. മാർക്കു കുറഞ്ഞുപോയതുകൊണ്ടല്ലേ അമ്മ നിർബ്ബന്ധിക്കുന്നത്. കുട്ടി അനുസരിച്ചു. പക്ഷേ, അനുസരണ അമ്മ കൂടെയിരിക്കുമ്പോൾ മാത്രമായിരുന്നു. അമ്മ അരികത്തുനിന്നു മാറിയാൽ കുട്ടിയുടെ ശ്രദ്ധ പഠനം വിട്ടു പറക്കുകയായി.

ക്രിസ്തുമസ് അവധി കഴിഞ്ഞപ്പോൾ ആര്യമോൾക്ക് എല്ലാ വിഷയത്തിലും ബി ഗ്രേഡ് മാത്രം.

“ഈശ്വരാ, ഞാൻ എന്റെ മോളെ വായനയിൽനിന്നും പിന്തിരിപ്പിക്കുകയായിരുന്നോ? ടി വി കൂടുതൽ അറിവു നല്കുമെന്ന് കരുതിയിട്ടിപ്പോൾ..” ഏകാന്തതയിൽ ആ അമ്മയുടെ കണ്ണുകൾ നിറഞ്ഞൊഴുകി.

വിവരമറിഞ്ഞ അച്ഛൻ അമ്മയെയാണു കുറ്റപ്പെടുത്തിയത്.

“അവൾ പുസ്തകപ്പുഴുവാകുമെന്ന് പേടിച്ചിട്ടിപ്പോൾ?”

അമ്മയ്ക്ക് മറുപടിയുണ്ടായില്ല.

അയാൾ തുടർന്നു: “ഇനി അവൾ പഠിക്കുന്ന സമയത്ത് നമ്മൾ ജോലി ചെയ്യേണ്ട. കൂടെയിരിക്കുക. പഠിച്ചു എന്നുറപ്പാക്കിയതിനുശേഷം മാത്രം മറ്റു കാര്യങ്ങൾ ചെയ്താൽ മതി.”

അമ്മയും അച്ഛനും മാറിമാറി കുട്ടിയെ ശ്രദ്ധിക്കാൻ തുടങ്ങി. ഹോംവർക്ക് ചെയ്യാൻ പ്രേരിപ്പിച്ചു. ഉറക്കെ വായിക്കാൻ നിർദ്ദേശിച്ചു. ഉച്ചാരണ വൈകല്യങ്ങൾ തിരുത്തി. കേട്ടെഴുതിച്ചു. തെറ്റുള്ളത് പലപ്രാവശ്യം എഴുതിച്ചുറപ്പിച്ചു. പാഠങ്ങൾ ജീവിത സന്ദർഭങ്ങളുമായി താരതമ്യം ചെയ്യാൻ പ്രേരിപ്പിച്ചു. എങ്കിലും കളിസമയം ചുരുക്കുകയോ മറ്റുകുട്ടികളുമായി കളിക്കുന്നത് തടയുകയോ ചെയ്തില്ല.

ഈ രീതി ഒരു തുടർച്ചയായപ്പോൾ കുട്ടി സ്വയംതന്നെ സമയക്രമമുണ്ടാക്കി. ഇപ്പോൾ കളിക്കാനും ടി വി കാണാനും പഠിക്കാനുമെല്ലാം പ്രത്യേകം പ്രത്യേകം സമയമുണ്ട്.

വർഷാന്തപ്പരീക്ഷയുടെ ഫലം വന്നു. അവൾ ജയിച്ചതുകൊണ്ടു മാത്രമായില്ല. മാർക്കറിയാതെ ആര്യമോളുടെ അമ്മയ്ക്ക് സ്വസ്ഥത കിട്ടിയില്ല. സ്കൂളിലെത്തി കാത്തിരുന്ന് മാർക്ക് അറിഞ്ഞപ്പോൾ ഒരു പുഞ്ചിരിയുമായി മടങ്ങാൻ കഴിഞ്ഞു.

അന്നുരാത്രി മകൾക്കൊരു ഉമ്മ കൊടുത്തുകൊണ്ട് അമ്മ അച്ഛനോട് പറഞ്ഞു:

"അറിഞ്ഞോ, നമ്മുടെ മകൾ മിക്ക വിഷയങ്ങൾക്കും എ ഗ്രേഡു നേടിയിരിക്കുന്നു. ചിലതിൽ എ+ ഉം ഉണ്ട്.

"സന്തോഷമായല്ലോ" അച്ഛൻ പ്രതികരിച്ചു.

"ഇനി ചരടൊന്നയക്കാമല്ലോ?"

"അയ്യോ വേണ്ട വേണ്ട. അവൾ വലുതാവട്ടെ. അതുവരെ ചരടു കൈയിൽത്തന്നെ വേണം. അല്ലേ മോളേ."

അമ്മ മകളെ സ്നേഹപൂർവ്വം തഴുകി.

●

8

നിസ്സഹായത

ടൂർപ്രോഗ്രാം വയസ്സു ചെന്നവരുടെയായിരുന്നു. ചുരുക്കം ചില യുവതീയുവാക്കളും കുട്ടികളും കൂടെയുള്ളത് സംഘത്തിന് ഓജസ്സ് നല്കിയിരുന്നു.

ഊട്ടിയാത്ര കഴിഞ്ഞ് മടങ്ങുന്ന വഴിയാണ് ഞങ്ങൾ കൂനൂരി നടുത്തുള്ള ഒരു ചായത്തോട്ടവും ഫാക്ടറിയും സന്ദർശിച്ചത്.

മെയിൻ റോഡിൽനിന്നും അല്പം അകലെയാണു സ്ഥലം. ഇടവഴിയിലൂടെ നടന്നുവേണം അവിടേക്കെത്താൻ.

വഴിയരികിൽ പൂവണിഞ്ഞുനില്ക്കുന്ന പുല്ലുകൾ കണ്ണിനും മനസ്സിനും ഇമ്പമേകുന്നു. ബസിൽ നിന്നിറങ്ങി ഒറ്റയ്ക്കും കൂട്ടായും നടക്കുകയായിരുന്നു ഞങ്ങൾ. കഴിഞ്ഞ രണ്ടു ദിവസവും കുന്നുകൾ കയറിയും ഇറങ്ങിയും ക്ഷീണിതരായതു കൊണ്ട് വളരെ പതുക്കെയാണ് നീങ്ങിയിരുന്നത്.

പെട്ടെന്നൊരു കുട്ടി,

"ഹായ്! നോക്കമ്മേ നോക്ക്!"

അവൻ കൈചൂണ്ടിയ സ്ഥാനത്തേക്ക് എല്ലാവരുടെയും ശ്രദ്ധ എത്തി.

"ഓഹോ, ഒരു കുരങ്ങനാണല്ലോ."

"വെറും കുരങ്ങനല്ല, അതിന്റെ വയറ്റത്ത് നോക്ക്" കുട്ടി പറഞ്ഞു.

കുരങ്ങന്റെ വയറ്റത്ത് അള്ളിപ്പിടിച്ചു കിടക്കുന്ന കുഞ്ഞ്,

അപ്പോൾ മാത്രമേ എല്ലാവരുടെയും ശ്രദ്ധയിൽപ്പെട്ടുള്ളൂ.

ഞങ്ങൾ നടപ്പു തുടർന്നു. എന്നാൽ കുട്ടികൾ കൂടെവരാൻ അമാന്തിച്ചു. അവർ കുട്ടിയും തള്ളയുമായി ചങ്ങാത്തം കൂടുകയാണ്. കൈയിലുണ്ടായിരുന്ന കപ്പലണ്ടിക്കുരു അടുത്തേക്കിട്ടു കൊടുത്താണ് ചങ്ങാത്തം.

കിട്ടുന്നതെല്ലാം പെറുക്കിത്തിന്ന് പിന്നേയും കൈനീട്ടുന്നു കുരങ്ങന്മാർ, കൂടുതൽ കിട്ടാൻ.

"നടന്നുകൊണ്ട് കൊടുക്ക്" കൂട്ടത്തിൽ ആരോ നിർദ്ദേശിച്ചു.

കുട്ടികൾ അനുസരിച്ചു. കുരങ്ങും കുഞ്ഞും ഞങ്ങളോടൊപ്പം എത്തിക്കൊണ്ടിരുന്നു. എന്നാൽ ഫാക്ടറി അടുത്തപ്പോൾ എന്തോ ശബ്ദമുണ്ടാക്കി അവ എങ്ങോട്ടോ പോയി.

"മടക്കത്തിനു കാണാം" ഒരുകുട്ടി പറഞ്ഞപ്പോൾ എല്ലാ കുട്ടികളും ആർത്തുവിളിച്ച് ഏറ്റു പറഞ്ഞു. വ്യത്യസ്തമായ ഈ കാഴ്ച ഞങ്ങളുടെ ക്ഷീണത്തിനു കുറവുവരുത്തി.

ചായത്തോട്ടം മുമ്പ് പലപ്പോഴും കണ്ടിട്ടുണ്ടെങ്കിലും കൂടുതൽ അറിയാനായത് ഗൈഡിന്റെ സഹായം ഉണ്ടായിരുന്നതുകൊണ്ടുതന്നെയാണ്.

തണുപ്പും മഴയുമുള്ള കാലാവസ്ഥയിൽ കുന്നിൻചെരിവുകളിലാണ് തേയില കൃഷി ചെയ്യുന്നത്. ഒരു തേയിലച്ചെടിയുടെ ശരാശരി ആയുസ്സ് നൂറുകൊല്ലമാണത്രേ! പതിനഞ്ചാം ദിവസങ്ങളിൽ 'കൊളുന്ത്' പറിച്ചെടുക്കും.

"ഇതെന്താണ് ഇലകളില്ലാതെ വെട്ടിനിർത്തിയിരിക്കുന്നത്?" ഒരാളുടെ സംശയം.

"അതാണ് പ്രൂണിങ്. ചെടികൾ തഴച്ചുവളരുന്നതിന് പ്രൂണിങ് ആവശ്യമാണ്."

"ഇടയ്ക്കുള്ള ഈ മരങ്ങളോ?"

"അവയാണ് സിൽവർ ഓക്ക്. മണ്ണ് ഒലിച്ചുപോകാതെ സംരക്ഷിക്കുകയും ഒപ്പം ഈർപ്പം നിലനിർത്തുകയും ചെയ്യുന്നു ഈ മരങ്ങൾ."

പിന്നേയും ചോദ്യങ്ങളും ഉത്തരങ്ങളുമായി നടന്നുനടന്ന് ഞങ്ങൾ ഫാക്ടറിയിലെത്തി.

അതിവിശാലമായ ഫാക്ടറിക്കെട്ടിടത്തിൽ പല യന്ത്രങ്ങളിലൂടെ കടന്നുപോകുന്ന കൊളുന്ത് തേയിലയായി തരംതിരിച്ച് പുറത്തുവരുന്നതും അവ യന്ത്രത്തിൽത്തന്നെ പാക്ക് ചെയ്യുന്നതും രസമുള്ള കാഴ്ചതന്നെ.

ഫാക്ടറിയുടെ തന്നെ വില്പനശാലയിലെ ഷോപ്പിങ് കഴിഞ്ഞാണ് ഞങ്ങൾ തിരിച്ചുപോകാൻ തുടങ്ങിയത്.

അല്പം നടന്നപ്പോൾ "അതാ നമ്മുടെ ഉണ്ണിക്കുരങ്ങും അമ്മക്കുരങ്ങും." കുട്ടി വിളിച്ചു പറഞ്ഞു.

ഇപ്പോൾ പക്ഷേ, അമ്മക്കുരങ്ങിന്റെ നെഞ്ചിലായിരുന്നില്ല കുഞ്ഞ്. നിലത്ത് ഓടിക്കളിക്കുകയാണത്. ചെറുമരക്കൊമ്പുകളിൽ തൂങ്ങി ആടിയും ചാടിയിറങ്ങിയും ഓടിക്കയറിയുമെല്ലാം അത് ജീവിതം അഭ്യസിക്കുകയാണ്. ധൃതിയുണ്ടായിരുന്നിട്ടും ഞങ്ങളുടെ നടപ്പ് സാവധാനത്തിലായി.

കുരങ്ങും കുഞ്ഞും ഒരു മരത്തിൽനിന്നും മറ്റൊന്നിലേക്ക് നീങ്ങിക്കൊണ്ടിരുന്നു. ചിലപ്പോൾ ചില ശബ്ദങ്ങളുണ്ടാക്കി അമ്മക്കുരങ്ങ് കുട്ടിക്കുരങ്ങിനെ നിയന്ത്രിക്കാൻ ശ്രമിക്കുന്നുണ്ട്.

“ഈ കുഞ്ഞ് എന്റെ ഈ മോനെപ്പോലെയാണ്. ഇങ്ങോട്ടു വിളിച്ചാൽ അങ്ങോട്ടേ പോകൂ.” ഒരമ്മയുടെ കമന്റ്.

ഞങ്ങൾക്കു ചിരിക്കാൻ ഒരു സന്ദർഭം തന്ന രംഗം. എങ്കിലും അതു നല്കിയ സുഖം നീണ്ടുനിന്നില്ല. ഞങ്ങളെ മറികടന്ന് ഉണ്ണിക്കുരങ്ങ് ഒരു ഇല്ട്രിക് പോസ്റ്റിൽ കയറാൻ തുടങ്ങി. വല്ലാത്ത ഒരു ശബ്ദമുണ്ടാക്കി അമ്മക്കുരങ്ങ് തടയാൻ ശ്രമിച്ചുകൊണ്ടിരുന്നു.

കുട്ടികളടക്കം ഞങ്ങളെല്ലാവരും ആ രംഗം പേടിയോടെ നോക്കി നിന്നു.

അമ്മക്കുരങ്ങ് ശബ്ദ സൂചനയിലൂടെ കുഞ്ഞിനെ ഇറക്കാൻ നോക്കുകയാണ്. പക്ഷേ, അതടുക്കുന്തോറും കുഞ്ഞ് മേലോട്ടു തന്നെ നീങ്ങി.

ഇനി കമ്പിയിൽ തൊടാൻ രണ്ടിഞ്ചു മാത്രം. അല്ലാ, അത് കമ്പിയിലേക്ക് കയറാൻ തുടങ്ങുകയാണ്. പെട്ടെന്നു ഒരാർത്തനാദം. ഒരു പിടച്ചിൽ....

“അയ്യോ” പല കണ്ഠങ്ങളിൽനിന്നും ഒരേ സമയം ആ വിളി ഉയർന്നു. കുരങ്ങമ്മ അലറിക്കരഞ്ഞുകൊണ്ട് അവിടമാകെ ഓടി നടന്നു. കുഞ്ഞിനെ നോക്കി, പോസ്റ്റിൽ കയറി, തിരിച്ചിറങ്ങി. വീണ്ടും കയറി... ഓരോ പ്രാവശ്യം കയറുമ്പോഴും അത് ദയനീയമായി ഞങ്ങളെ നോക്കിയിരുന്നു.

ആ കണ്ണുകളിൽ ഒരപേക്ഷയുണ്ടായിരുന്നു. എന്തു ചെയ്യാം. എല്ലാവരും നിസ്സഹായരായിരുന്നു.

●

9

പണ്ടുമുതലേ..

കുരുവിയോളം മാത്രമുള്ള ചിലന്തിപിടിയൻ ദമ്പതികൾ വാഴത്തോട്ടത്തിൽ പ്രവേശിച്ചു. നേരം വെളുക്കുന്നതേയുള്ളൂ. മനുഷ്യപ്പെരുമാറ്റം ആയിട്ടില്ല.

“നോക്കൂ, ഇവിടെ ആയിരക്കണക്കിന് വാഴകളാണ് കുലച്ചു നില്ക്കുന്നത്. മറ്റുള്ളവരെത്തുന്നതിനു മുമ്പ് ആവോളം തേൻ കുടിക്കാം, നമുക്ക്.” ആൺകിളിയുടെ അഭിപ്രായം പെൺകിളിയുടെ കൊതിക്കിണങ്ങുന്നതായി.

വാഴക്കുടപ്പന്റെ പോളകൾ വിടർന്നു നിന്നിരുന്നു. അവയിൽ നൂണ്ടു കയറി കറുത്തു നീണ്ട ചുണ്ടുകൾകൊണ്ട് അവ തേൻ നുകർന്നുകൊണ്ടിരുന്നു, ഒന്നിൽനിന്ന് മറ്റൊന്നിലേക്ക്. പിന്നെ വേറൊന്നിലേക്ക്. അല്പനേരംകൊണ്ട് അവരുടെ വിശപ്പും ദാഹവും പമ്പകടന്നു.

പെട്ടെന്ന് പെൺകിളിയുടെ അയ്യോ... അയ്യോ.. വിളി ആൺകിളിയെ ഞെട്ടിച്ചു. അവൻ അവളുടെ ചാരത്തേക്ക് പറന്നെത്തി. തന്റെ പെൺകിളി ഒരു പോളയിലിരുന്ന് വയർ ഞെക്കിപ്പിടിച്ച് കരയുകയാണ്.

“വയറുവേദനയോ?” അവൻ ചോദിച്ചു.

“അതെ, ഞാനിപ്പോ ചത്തുപോകും... ചത്തുപോകും...” കരയുന്നതിനിടയ്ക്ക് അവൾ പറഞ്ഞുകൊണ്ടിരുന്നു.

"നമുക്ക് വീട്ടിൽപ്പോയി വിശ്രമിക്കാം." അവൻ അവളെ താങ്ങിക്കൊണ്ട് കുറേ അകലെയുള്ള കൂട്ടിലെത്തിച്ചു.

ഇലക്കഷണങ്ങളും പുല്ലുകളുംകൊണ്ട് കപ്പിന്റെ ആകൃതിയിൽ മനോഹരമായി നിർമ്മിച്ച കൂടായിരുന്നു അത്. പെൺകി

ളിക്ക് മുട്ടയിടാൻ ആൺകിളി അതിൽ പ്രത്യേക സ്ഥലം ഒരുക്കിയിരുന്നു. മഴയും വെയിലും ഏല്ക്കാതിരിക്കുന്നതിന് വലിയ വാഴയിലയുടെ അടിഭാഗത്താണ് കൂട് കെട്ടിയിരുന്നത്.

"നമ്മുടെ കുഞ്ഞുങ്ങൾ വലുതാകുംവരെ സുഖമായി ഇവിടെ കഴിയും." പെൺകിളിയുടെ കണ്ണിലേക്കുറ്റു നോക്കി ആൺകിളി പറയുമ്പോൾ അവൾ നാണിച്ചു പോകുമായിരുന്നു.

തങ്ങൾ താലോലിച്ച സ്വപ്നങ്ങൾ പൊലിയുകയാണോ? അവൻ സന്ദേഹിച്ചു. എങ്കിലും ആശങ്കയറിയാതെ അവളെ ആശ്വസിപ്പിക്കാൻ അവന് കഴിഞ്ഞു.

"ഇതിപ്പോ മാറും. തേൻ കുടിച്ചതു വെറും വയറ്റിലല്ലേ? അത് അധികമായിക്കാണും. ഞാൻ വയറ് തടവിത്തരാം." തന്റെ തലയുടെ വശംകൊണ്ട് ആൺകിളി പെൺകിളിയുടെ വയർ തടവിക്കൊടുത്തു. കുറേനേരത്തെ വിശ്രമവും സാന്ത്വനവുംകൊണ്ട് വയറുവേദന മാറി. അന്ന് അവ പുറത്ത് പോയില്ല.

പിറ്റേദിവസം പോയതും അതേ തോട്ടത്തിലേക്ക് തന്നെയായിരുന്നു.

"അധികം തേൻ കുടിച്ച് അജീർണ്ണം വരുത്തേണ്ട," ആൺകിളി ഉപദേശിച്ചു, "വിശക്കുമ്പോൾ ഇവിടെ വന്ന് വീണ്ടും കുടിക്കാം."

അന്ന് വളരെക്കുറച്ച് തേൻമാത്രം കുടിച്ച് അവർ മടങ്ങി. പക്ഷേ, ഒന്നു രണ്ടു മണിക്കൂർ കഴിഞ്ഞപ്പോൾ വിശന്നിട്ടു വയ്യ. വീണ്ടും തോട്ടത്തിലെത്തി തേനും പൂമ്പൊടിയും നുകർന്നു. കൂട്ടിലേക്ക് മടങ്ങി.

ദിനചര്യ തുടർന്നു പോകാനായില്ല. പെൺകിളിക്ക് വീണ്ടും വയറു വേദന തുടങ്ങി. ആൺകിളിയുടെ സമാധാനം നഷ്ടപ്പെട്ടു. അവന് ഒന്നിനും താല്പര്യമില്ലാതായി.

അയൽവാസികളായ ചിലന്തിപ്പിടിയൻ കിളകൾ വിവരമറിഞ്ഞെത്തി. "ഇനി താമസിക്കരുത്. ഏതെങ്കിലും നല്ല വൈദ്യരെ കാണിക്കണം." ഒരു കൂട്ടുകാരൻ കിളി പറഞ്ഞു.

"കൂടുതൽ വൈകരുത്. ചിലപ്പോൾ പിടിച്ചിടത്ത് കിട്ടിയില്ലെന്നു വരും" എന്നുകൂടി പറഞ്ഞപ്പോൾ ആൺകിളിയുടെ വേവ

ലാതി കൂടി. പക്ഷേ, എന്തുപറഞ്ഞിട്ടും പെൺകിളി വൈദ്യരുടെ അടുത്തുപോകാൻ തയ്യാറായില്ല.

"ഇനി എന്തുചെയ്യും ഞാൻ?" ആൺകിളി സന്ദേഹത്തോടെ സ്വയം പറഞ്ഞു.

അവന്റെ വിഷമം കണ്ടപ്പോൾ ഇഷ്ടമില്ലായിരുന്നെങ്കിലും പെൺകിളി വൈദ്യരെ കാണാൻ സമ്മതിച്ചു.

ആധുനിക വൈദ്യബിരുദം ഇല്ലാത്ത ആളായിരുന്നു വൈദ്യർ. എങ്കിലും പാരമ്പര്യ ചികിത്സയിൽ പ്രശസ്തനായിരുന്നു.

വൈദ്യർ പരിശോധന ആരംഭിച്ചു.

വയർ ഞെക്കിനോക്കി; ദഹനക്കേടുള്ളതായി തോന്നിയില്ല. കൺപോള പരിശോധിച്ചു. കുഴപ്പമില്ല. നാഡിമിടിപ്പും ശരിയാണ്. പിന്നെന്തു കാരണം? വൈദ്യർ അല്പനേരം ആലോചനയിൽ മുഴുകി. രണ്ടു പേരോടുമായി ചോദിച്ചു:

"നിങ്ങൾ ഒരുമിച്ച് ജീവിതമാരംഭിച്ചിട്ട് എത്രകാലമായി?"

"ആറുമാസം കഴിഞ്ഞുകാണും" ആൺകിളിയാണ് മറുപടി പറഞ്ഞത്.

"ഇപ്പോൾ പ്രധാന ഭക്ഷണമെന്താണ്?"

"തേൻ ധാരാളമായി കിട്ടുന്നതുകൊണ്ട് അതും പൂമ്പൊടിയും മാത്രം കഴിച്ചാണ് ഇപ്പോൾ ജീവിക്കുന്നത്."

"മുമ്പോ?"

പെൺകിളിയെ നോക്കിയായിരുന്നു ചോദ്യം

"ഞങ്ങളുടെ നാട്ടിൽ തേൻ കുറവായിരുന്നു. അതുകൊണ്ട് കിട്ടുന്നതെന്തും തിന്നുമായിരുന്നു. പ്രത്യേകിച്ചും ചിലന്തി ഒരെണ്ണമെങ്കിലും ഭക്ഷണത്തിലുണ്ടാകും."

"ശരി" വൈദ്യർ തുടർന്നു പറഞ്ഞു:

"കുറച്ചു നേരം ഇവിടെ ഇരിക്കണം കേട്ടോ. ഞാൻ ഒരിടം വരെ പോയി വരാം."

വൈദ്യൻ കിളി എങ്ങോട്ടേക്കോ പറന്നുപോയി. ആൾത്താമസമില്ലാത്ത ഒരുവീടായിരുന്നു ലക്ഷ്യം. അവിടെ ധാരാളം ചിലന്തിവലകൾ. വലകളുടെ കേന്ദ്രത്തിൽ ചിലന്തികൾ. അവയിലൊന്നിനെ പേടിച്ച് ചുണ്ടുകൊണ്ടു നുറുക്കി ചതച്ച് തിരിച്ചുപറന്നു.

വേദന സഹിച്ച് തന്നെ കാത്തിരിക്കുന്ന പെൺകിളിക്ക് വൈദ്യർ ചിലന്തിരസായനം കൊടുത്തു.

"ഇന്നിതു കഴിക്ക്. നാളേയും വരണം പൊയ്ക്കോളൂ."

അടുത്തദിവസം വൈദ്യരെ കാണാനെത്തിയ ദമ്പതികളോട് വൈദ്യർ ചോദിച്ചു. "എന്തുണ്ട് വിശേഷം?"

"വയറുവേദന പോയി വൈദ്യരേ."

അതുപറയുമ്പോൾ ആൺകിളിയുടെ മുഖത്ത് എന്തെന്നില്ലാത്ത ആശ്വാസമുണ്ടായിരുന്നു.

"നന്നായി; അതേ മരുന്ന് മൂന്നുദിവസം കഴിക്കണം." വൈദ്യർ അന്നും പിറ്റേദിവസവും ചിലന്തിരസായനം നല്കി.

ഒരു ദിവസം ചികിത്സ അവസാനിപ്പിച്ചുകൊണ്ട് വൈദ്യർ പറഞ്ഞു:

"നമുക്ക് പണ്ടുമുതലേയുള്ള ഒരു ഭക്ഷണരീതിയുണ്ട്. അതിന് പെട്ടെന്ന് മാറ്റം വരുത്തിയതാണ് കുഴപ്പത്തിനു കാരണം. ഇനി ഭക്ഷണം പഴയതുപോലെ മതി." ദമ്പതികൾ സന്തോഷത്തോടെ അനുസരിച്ചു. പിന്നീടൊരിക്കലും പെൺകിളിക്ക് വയറുവേദന അനുഭവപ്പെട്ടില്ല.

●

10

യങ് ഫാർമേഴ്സ് ക്ലബ്ബ്

ഗ്രാമത്തിലെ കർഷക പുരസ്കാരം ജേതാവിനെ കാണാനെത്തിയിരിക്കുകയാണ് കുട്ടികൾ. സ്കൂളിലെ യങ് ഫാർമേഴ്സ് ക്ലബ്ബ് അംഗങ്ങളാണവർ. ബന്ധപ്പെട്ട അദ്ധ്യാപകന്റെ നേതൃത്വത്തിലാണ് സന്ദർശനം.

നല്ല അദ്ധ്വാനശേഷിയും മനസ്സുമുള്ള കുട്ടികളാണ്. കഴിഞ്ഞ് മൂന്നു നാലു വർഷങ്ങളായി ക്ലബ്ബിനു വരുമാനവും സ്വന്തം വീടുകളിൽ ആവശ്യമായ പച്ചക്കറികളും അവർ ഉണ്ടാക്കുന്നു.

വെറുതെ ഉണ്ടായതല്ല. സ്കൂളിലെ ക്ലബ്ബംഗങ്ങൾക്ക് വീട്ടിൽ സ്വന്തമായി തോട്ടം വേണമെന്ന് മാസ്റ്റർക്ക് നിർബ്ബന്ധമാണ്. അങ്ങനെ ഇപ്പോൾ യങ് ഫാർമേഴ്സ് ക്ലബ്ബ് ഗ്രാമത്തിനു സ്വന്തമായിരിക്കുന്നു. നേതൃത്വത്തിനു ജനങ്ങൾ സ്കൂൾ കൃഷിയെ ഉറ്റുനോക്കുന്ന അവസ്ഥ.

പക്ഷേ, ഇക്കൊല്ലം സ്ഥിതി മാറി. കാലവർഷം തീരെ കുറഞ്ഞു. തുലാവർഷം പേരിനു മാത്രമായി. വേനൽമഴ ഉണ്ടായതുമില്ല.

സ്കൂൾ കിണർ വറ്റിത്തുടങ്ങിയപ്പോൾത്തന്നെ ആഴം കൂട്ടിയതാണ്. ഇപ്പോൾ ഏതാണ്ട് മൂന്നുപ്രാവശ്യം മണ്ണെടുത്തു കഴിഞ്ഞു. നെല്ലിപ്പടിയും കണ്ടു. എന്നിട്ടും വെള്ളമില്ല! ഇനി താഴ്ത്താനും വയ്യാ.

“ഇനിയെന്ത്?” അദ്ധ്യാപകരും കുട്ടികളും ഒരേ ചോദ്യത്തിന് ഉത്തരം തേടി, ഫലമില്ലാതെ.

ചീരയും വഴുതിനയും പാവലും വെണ്ടയുമെല്ലാം ഉണങ്ങിത്തുടങ്ങി. കുട്ടികളുടെ മനസ്സ് വിങ്ങിപ്പൊട്ടി.

"തല്ക്കാലം ചില ചെടികൾ ഉപേക്ഷിക്കാം." ക്ലബ്ബു മീറ്റിങ്ങിൽ നിർദ്ദേശമുയർന്നു.

"അതുകൊണ്ട്?"

"ഉള്ള വെള്ളം മറ്റുള്ളവയ്ക്കായി പങ്കുവെക്കാം."

"വരൾച്ച തുടർന്നാൽ?"

ആർക്കും ഉത്തരമുണ്ടായില്ല.

"മുത്തു സ്വാമിയെ ഒന്നു കണ്ടാലോ."

"മുത്തുസ്വാമി?"

"ഓ... കർഷകശ്രീ അവാർഡുനേടിയ..."

"ഞങ്ങളുടെ അടുത്താണ്. അദ്ദേഹത്തിനു സ്ഥലത്ത് എല്ലാം പച്ച പിടിച്ചു തന്നെ നില്ക്കുന്നു." ക്ലാസിൽ കുറച്ചുമാത്രം സംസാരിക്കാറുള്ള ഹമീദ് പറഞ്ഞു.

"നല്ല നിർദ്ദേശം." അദ്ധ്യാപകൻ പ്രതികരിച്ചു. "അദ്ദേഹത്തിന്റെ രീതി ഒരുപക്ഷേ, നമുക്ക് സഹായകരമായേക്കാം."

അങ്ങനെയാണവർ മുത്തുസ്വാമിയെ കാണാനെത്തിയത്.

"യങ് ഫാർമേഴ്സിനു സ്വാഗതം." കർഷകവേഷത്തിൽ തൊടിയിൽ നില്ക്കുകയായിരുന്നു മുത്തുസ്വാമി സന്തോഷത്തോടെ അവരെ സ്വീകരിച്ചു.

"ഞങ്ങൾ ചില പ്രശ്നങ്ങളുമായാണ് വന്നിരിക്കുന്നത്." മാസ്റ്റർ അറിയിച്ചു.

"നമുക്ക് പരിഹാരം തേടാം. അതിനുമുമ്പ് കുട്ടികൾ ഇവിടത്തെ കൃഷിയൊക്കെ കാണട്ടെ."

ഒന്നൊന്നരയേക്കാൾ വലിപ്പം വരുന്ന കൃഷിയിടം. നാട്ടിൽ കിട്ടുന്ന വേനൽക്കാല പച്ചക്കറികളെല്ലാം ഇവിടെ സമൃദ്ധമായി വളരുന്നു.

കുട്ടികൾക്ക് അത്ഭുതമായി.

"ഈ വരൾച്ചക്കാലത്ത് ഇതെങ്ങനെ?"

ഒരു കുട്ടിയുടെ സംശയം ഉറക്കെയായി.

"ആ സംശയത്തിനുത്തരം തേടുകയാണല്ലോ നമ്മൾ. ഇപ്പോൾ എല്ലാം ശ്രദ്ധയോടെ നിരീക്ഷിക്കുക." അദ്ധ്യാപകൻ നിർദ്ദേശിച്ചു.

തൊടിയിൽ അങ്ങിങ്ങായി നികന്നു തുടങ്ങിയ കുഴികൾ

"ഇവ മഴക്കുഴികളല്ലേ?"

"അതെ, എല്ലാ വർഷവും മഴയെത്തും മുമ്പ് ഈ കുഴികൾ തയ്യാറായിരിക്കും. ദാ.. അതുപോലെ." പുതുക്കിയ ചില കുഴികൾ ചൂണ്ടിക്കാണിച്ചുകൊണ്ട് മുത്തുസ്വാമി ഉത്തരം നല്കി.

കണ്ടുകണ്ട് തൊടിയുടെ അതിർത്തിയിലെത്തിയപ്പോൾ അദ്ധ്യാപകൻ കുട്ടികളോടായി പറഞ്ഞു. "നോക്കൂ, അടുത്ത തൊടിയേക്കാൾ ഉയർന്ന തട്ടാണ് ഈ തൊടിയുടേത്."

"അതുകൊണ്ടായിരിക്കണം തൊടിക്കുചുറ്റും ഇത്ര ഉയരമുള്ള വരമ്പ്" രാമു നിഗമനം വ്യക്താക്കി.

"അതെ, ഭൂഗർഭജലശേഖരം വർദ്ധിക്കണമെങ്കിൽ മഴവെള്ളം ഒഴുകിപ്പോകാതെ നോക്കണം. ഞാൻ മാത്രമല്ല അയൽക്കാരും ഇങ്ങനെ ചെയ്യുന്നുണ്ട്." മുത്തുസ്വാമിയുടെ വിശദീകരണം കുട്ടികൾക്ക് നന്നേ ബോധിച്ചു.

"എന്റെ അമ്മാവന്റെ വീട്ടിലും ഇങ്ങനെ ചെയ്യുന്നുണ്ട്." പെട്ടെന്ന് ഓർമ്മ വന്നപോലെ പത്മജ പറഞ്ഞു. "അവിടെ ഇപ്പോഴും നല്ല വിളവു കിട്ടുന്നുണ്ട്."

"വേറെ ചോദ്യങ്ങളൊന്നുമില്ലേ?" മുത്തുസ്വാമിയുടെ അന്വേഷണം.

"നല്ല വിത്ത്, വളം, ജൈവകീടനാശിനി പ്രയോഗം ഇതെല്ലാം ഞങ്ങൾക്ക് പരിചിതം തന്നെ. പക്ഷേ, മണ്ണിൽ നനവ് നിലനിർത്താൻ വെള്ളം തന്നെ വേണ്ടേ?" അതുവരെ എല്ലാം കാണുകയായിരുന്ന ലീല പറഞ്ഞു.

"അങ്ങനെയോ? എങ്കിൽ എന്റെ കിണർകൂടി കാണുക." അതുകേട്ടപാടെ മുത്തുസ്വാമിയെയും അദ്ധ്യാപനെയും പിന്നിലാക്കി കുട്ടികൾ കിണറിനരികിലെത്തി.

"എന്തൊരു ജലസമൃദ്ധിയാണിത്! എല്ലാവർക്കും അത്ഭുതം.

"അടുത്ത വേനലിലേക്ക് നമുക്കൊരു നല്ല പാഠം!" തിരിച്ചുപോകുമ്പോൾ എല്ലാവരുടെയും അഭിപ്രായം അതായിരുന്നു.

●

11

മാനവികതയ്ക്കുവേണ്ടി

"ജാതി വിവേചനത്തിനെതിരെ ബംഗളൂരുവിൽ റാലി നടത്തിയത്രേ, നേരോ?"

ബംഗളൂരുവിലെതന്നെ ഐ ടി കമ്പനിയിൽ ഉദ്യോഗസ്ഥനായ മിത്രനോടായിരുന്നു മരുമകൻ പ്രജിത്തിന്റെ അന്വേഷണം.

"മോനിതെങ്ങനെ അറിഞ്ഞു?"

കേവലം ഒമ്പതാംതരം വിദ്യാർത്ഥി. ജീവിതത്തിന്റെ ദർശനം രൂപപ്പെട്ടുവരുന്നതേയുള്ളൂ. തങ്ങളെല്ലാം അഭിമാനിക്കുന്ന ആർഷ ഭാരതത്തിന്റെ സാംസ്കാരിക മുഖം തന്നെ സാക്ഷിയാക്കി ഈ കുട്ടി പിച്ചിച്ചീന്തുമോ? അയാൾ ആശങ്കപ്പെട്ടു.

"അറിഞ്ഞത് പത്രത്തിൽനിന്ന്. അതിൽ സത്യമുണ്ടോ എന്നാണ് ഞങ്ങളന്വേഷിക്കുന്നത്."

തന്നോടും തന്റെ തലമുറയോടും തർക്കിക്കാൻ തന്നെയാണിവന്റെ ഭാവമെന്നു തോന്നുന്നു. അനീതി മുളപൊട്ടുന്നിടത്തുനിന്ന് ഒഴിഞ്ഞു നില്ക്കുന്ന തന്റെ മനസ്സും പാപികളുടെ കൂടെയല്ലെന്ന് എങ്ങനെ ബോദ്ധ്യപ്പെടുത്തും. അയാൾക്ക് വിഷമം തോന്നി.

"ഞങ്ങൾ എന്നു പറഞ്ഞാൽ?"

"ഞാനും എന്റെ കൂട്ടുകാരും വിദ്യാർത്ഥിവർഗ്ഗം എന്നു വിചാ

രിച്ചോളൂ."

"എന്തിനു കൂട്ടുകാരെ ബന്ധിപ്പിക്കണം?"

"അവരെല്ലാം വായിച്ച് മൂക്കത്തു വിരൽവെച്ച റിപ്പോർട്ടാണിത്. മാമനോടു ചോദിച്ചാൽ നേരറിയാമെന്നാണവർ പറയുന്നത്. ഇതു സത്യമാകുമെന്നു കരുതാൻ അവർക്കാകുന്നില്ല."

"ബംഗളൂരുവിൽ മാത്രമല്ല കേരളത്തിന്റെ ചില അതിർത്തി ഗ്രാമങ്ങളിലും ഈ ആചാരം നിലനില്ക്കുന്നുണ്ട്" അയാൾ അറിയിച്ചു.

"ആചാരം എന്നാണല്ലോ മാമൻ പറഞ്ഞത്. ചിലർക്കുമാത്രം പ്രത്യേകം ഗ്ലാസും ഇരിക്കാൻ ബഞ്ചും ഷോപ്പിങ്ങിന് അങ്ങാടിയും നിശ്ചയിച്ച് വേർതിരിച്ചു നിർത്തുന്നത് ആചാരമോ അനാചാരമോ?"

പറയാൻ തുടങ്ങിയാൽ പ്രജിത്ത് അങ്ങനെയാണ്. നീതിക്കുവേണ്ടിയുള്ള അവന്റെ കലഹം മുതിർന്നവരോടാണ്. അവരുടെ നീതിബോധത്തിനു മുന്നിൽ അവന്റെ കാഴ്ചപ്പാട് എന്നും ഉത്തരം കിട്ടാത്ത ചോദ്യങ്ങളുയർത്തും.

"അനാചാരംതന്നെ സമ്മതിച്ചു. പോരെ?"

വിഷയത്തിൽനിന്നു തലയൂരാൻ മാമന്റെ കീഴടങ്ങൽ.

"പോരല്ലോ. മതമേതായാലും മനുഷ്യൻ നന്നായാൽ മതി എന്നാണ് ഞങ്ങളുടെ കാഴ്ചപ്പാട്. ജാതിവിവേചനം അല്പം പോലും പാടില്ലെന്ന്. അത് തിരുത്തേണ്ടതുണ്ടോ? മാമന്റെ മറുപടിയെന്താണ്?"

"ഏയ് എന്തിനു തിരുത്തണം, അതല്ലേ മനുഷ്യരാശിയെ നയിക്കേണ്ടത്."

"എങ്കിൽ എന്തിനാണിവർ അമ്പലങ്ങളിൽപ്പോലും പ്രത്യേക ദർശനവും പ്രത്യേക ഭക്ഷണവും ഏർപ്പെടുത്തുന്നത്. പഴയ അയിത്താചാരത്തിന്റെ ഭാഗമല്ലേ ഇത്."

"മോനേ, പ്രജിത്തേ, നീ ചിന്തിക്കുന്നതുപോലെയല്ല ലോകം. അവിടെ ആർക്കാണോ നീതി കിട്ടേണ്ടത്, അതിനർഹതയുണ്ടെന്ന് അവരറിയണം. പുറംലോകത്തെ അറിയിക്കുകയും വേണം. മഹർഷി മാർക്കണ്ഡേയന്റെ ഒരു തത്ത്വം നാം അറിഞ്ഞിരിക്കേണ്ടതാണ്. ബലബോധത്തോടെ കർമ്മം ചെയ്യുക എന്നതാണത്. ആനയ്ക്കു ബലമുണ്ട്. ബലബോധമുണ്ടോ?"

അമ്മാവന്റെ സമീപനത്തിൽ ശരിയുണ്ടെന്ന് പ്രജിത്തിനു തോന്നി. ആവേശം നിയന്ത്രിച്ചുകൊണ്ട് അവൻ ചോദിച്ചു: "വിവേചനമനുഭവിക്കുന്ന ഈ ജനവിഭാഗത്തിനും ബലബോധമില്ലെന്നാണോ മാമൻ പറഞ്ഞത്?"

“അതെ. മുമ്പ് അയ്യങ്കാളിയുടെ നേതൃത്വത്തിൽ അവർ സമരം ചെയ്ത് സ്വന്തം കുട്ടികളെ സ്കൂളിൽ ചേർക്കുന്നതിനു വേണ്ടിയാണ്. നിങ്ങൾ പഠിക്കുന്നതുപോലെ അവരുടെ കുട്ടികൾക്കും പഠിക്കാൻവേണ്ടി. അന്ന് എന്തൊരൊരുമയായിരുന്നു അവർക്ക്.”

“എന്നിട്ട്?” തുടർസംഭവങ്ങളറിയാൻ പ്രജിത്തിന് ധൃതിയായി.

“സർക്കാരും വർണ്ണാശ്രമവ്യവസ്ഥ ശരിയെന്നു വിശ്വസിക്കുന്നവരും മർദ്ദിച്ചൊതുക്കാൻ ശ്രമിച്ചു. ഒരുപാട് ജീവൻ ബലികൊടുക്കേണ്ടിവന്നു. എന്നിട്ടും വഴങ്ങാതെ ഒരു ഘട്ടത്തിൽ പാടത്തു പണിയെടുക്കലും അവർ നിർത്തി. അതാണ് ബലബോധം.”

വളരെ ശ്രദ്ധയോടെ തന്നെത്തന്നെ നോക്കിയിരിക്കുന്ന പ്രജിത്തിനോട് അയാൾ തുടർന്നു:

“പത്തായങ്ങളിലെ നെല്ല് തീർന്നു തുടങ്ങിയപ്പോൾ മേലാളർക്കാശങ്കയായി.”

“അപ്പോൾ കീഴാളന്റെ ശക്തി അജയ്യമാണെന്നു തെളിഞ്ഞു. അല്ലേ?” പ്രജിത്ത് ജിജ്ഞാസയോടെ ചോദിച്ചു.

“അതുപോലുള്ള മുന്നേറ്റം ഇപ്പോൾ നടക്കാത്തതെന്തുകൊണ്ടാണ്?” ഈ റാലി അതിന്റെ തുടക്കമായിക്കാണാം. മാനവികതയ്ക്കു വേണ്ടിയുള്ള സമരം ഏറ്റെടുക്കാൻ നിങ്ങളും തയ്യാറല്ലേ?”

“എപ്പോഴേ തയ്യാർ? സമൂഹത്തിൽ ചിലരുടെ മനസ്സാണു മാറേണ്ടത്. അതിനുവേണ്ടിത്തന്നെയായിരിക്കും ഭാവിയിലെ ഞങ്ങളുടെ പ്രവർത്തനം.” പ്രജിത്തിന്റെ വാക്കുകൾ അമ്മാവന്റെ മനസ്സിൽ കുളിർമ്മ പകർന്നു.

●

12

ചാനൽക്കാഴ്ച

"ഈ ഭൂമിശാസ്ത്രം കടുകട്ടിയാണ്. എനിക്കതിഷ്ടമേയല്ല." ചേച്ചിയുമായുള്ള സംഭാഷണത്തിനിടെ മനു പറഞ്ഞു.

"എന്തേ അങ്ങനെ തോന്നാൻ?" മനുഷ്യനും അവന്റെ ചുറ്റുപാടുകളും ഭൂമിശാസ്ത്രവുമായല്ലേ ബന്ധപ്പെട്ടിരിക്കുന്നത്. ആ വിഷയം പഠിക്കാൻ ഇപ്പോൾ എന്തെളുപ്പമാണെന്നോ."

ചേച്ചി പ്രതികരിച്ചു.

"എളുപ്പമെന്നോ? അതെങ്ങനെ?" മനുവിന് അത്ഭുതം.

"പുഴയും കടലും ഓളവും തീരവും സമതലവും കുന്നും കാടും മേടുമെല്ലാം ഇപ്പോൾ ടി വി യിലൂടെയും കാണാം. പ്രത്യേകിച്ചും ഡിസ്കവറി ചാനൽ, ജ്യോഗ്രഫി ചാനൽ, അനിമൽ പ്ലാനറ്റ് മുതലായവ ഭൂമിശാസ്ത്രത്തെയും അതിലെ ജീവികളെയും പറ്റിയുള്ളവതന്നെയാണ്."

"ഓ, ഞാനതു കാണാറേയില്ല. ഇംഗ്ലീഷല്ലേ. എനിക്കതു മനസ്സിലാവില്ല." മനുവിന്റെ വിരസത തലയുയർത്തി.

"നിനക്ക് മുൻവിധി കൂടുതലാണ്. പരീക്ഷിച്ചും ശ്രമിച്ചും നോക്കിയിട്ട് മാത്രമല്ലേ വിധിക്കേണ്ടത്. നീ ചെയ്യുന്നത് നേരെ തിരിച്ചാണ്." അവൾ നിർദ്ദേശിച്ചു.

"ഇപ്പോൾ അത്യാവശ്യം പഠിക്കാനുള്ളത് പഠിച്ചുതീർക്കുക. എന്റെ പാഠങ്ങളും തീർത്തതിനുശേഷം നമുക്കൊരുമിച്ചിരുന്ന് കണ്ടു നോക്കാം."

പഠനവും ഭക്ഷണവും കഴിഞ്ഞ് അനിയൻ മനുവും ചേച്ചി മനിതയും ടി വി കാണാനിരുന്നു.

"തല്ക്കാലം ഇംഗ്ലീഷിലുള്ള ചാനലുകൾ ഒഴിവാക്കാം. ഏതോ മലയാളം ചാനലിൽ കാലാവസ്ഥയെപ്പറ്റി ഇപ്പോൾ ഒരു പരിപാടിയുണ്ട്. അതു നോക്കാം നമുക്ക്."

"മഴക്കാലം ആരംഭിച്ചല്ലോ. മിക്കവാറും മഴ തന്നെയാകും വിഷയം."

പ്രോഗ്രാം കണ്ടെത്താൻ വിഷമമുണ്ടായില്ല. ആദ്യം സ്ക്രീനിൽ തെളിഞ്ഞത് തിരുവനന്തപുരം നഗരത്തിന്റെ ആകാശക്കാഴ്ച. നിമിഷങ്ങൾക്കകം ബസ്റ്റാന്റ്. മഴപെയ്തുകൊണ്ടിരിക്കുന്നതുകൊണ്ട് അല്പം മങ്ങിയ കാഴ്ചയാണ്.

"മഴ തുടങ്ങിയിട്ടിപ്പോൾ രണ്ടുമണിക്കൂർപോലും തികഞ്ഞിട്ടില്ല. നഗരം വെള്ളത്തിനടിയിലായിക്കഴിഞ്ഞു." വിവരണം കേൾക്കുകയും ചിത്രം കാണുകയും ചെയ്തപ്പോൾ മനുവിന് രസം തോന്നി.

"ഹോ, എല്ലാ വാഹനങ്ങളും വെള്ളത്തിൽ! ആളുകൾ നടക്കുന്നതു കണ്ടിട്ട് വഞ്ചി പോകാനുള്ള ആഴമുണ്ടെന്നു തോന്നുന്നു. കഷ്ടം, വല്ല ഗട്ടറിലും വീണാലെന്തു ചെയ്യും?"

അവൻ ആശങ്കയോടെ പറഞ്ഞു.

"വളരെ ശ്രദ്ധിച്ചു നടക്കുക, ശ്രദ്ധയോടെ വണ്ടി ഓടിക്കുക, നിലം കാണാതിരിക്കുമ്പോൾ പ്രത്യേകിച്ചും ടൂ വീലർ യാത്രകൾ ഒഴിവാക്കുക തുടങ്ങി പല മുൻകരുതലുകളും എടുക്കാമല്ലോ; അതങ്ങനെതന്നെ വേണംതാനും." ചേച്ചി പറഞ്ഞത് മനുവിനോടും കൂടിയാണ്. സംസാരിച്ചുകൊണ്ടിരിക്കുന്നതിനിടയ്ക്ക് സ്ക്രീനിൽ ആകാശം കാണാനായി.

"എന്ത്? എന്നും കാണാറുള്ള നീലാകാശം തന്നെയല്ലേ ഇത്? കറുത്തിരുണ്ട് കട്ടപിടിച്ച്.... ഇടയ്ക്ക് മിന്നൽകൂടി കാണുമ്പോൾ ഒരു ഭയം... ചേച്ചിക്കു തോന്നുന്നുണ്ടോ?"

മനുവിന് താല്പര്യം കൂടുകയാണെന്ന് മനിതയ്ക്ക് മനസ്സിലായി. അവൾ മറ്റൊന്നും പറയാതെ സ്ക്രീനിൽത്തന്നെ ശ്രദ്ധിച്ചിരുന്നു.

ഇപ്പോൾ ദൃശ്യം വേമ്പനാട്ടുകായലിന്റേതാണ്. മഴത്തുള്ളികൾ കാറ്റിന്റെ ശക്തിയിൽ ചീറിപ്പായുന്നു. തീരത്തിലൂടെ സഞ്ചരിക്കുന്നവർ കുട ആവുന്നത്ര കാറ്റിനുനേരെ ചരിച്ചു പിടിച്ചിരിക്കുന്നു. വെള്ളത്തുള്ളികൾ കുടകളിൽ വീണ് പൊട്ടിച്ചിതറുന്നു.

കായലിൽ തിരമാലകൾ ഉയർന്നുപൊങ്ങുന്നു. ചെറുവാഹനങ്ങൾ കരപറ്റാൻ ധൃതിയിൽ പായുകയാണ്.

ദൃശ്യത്തിന് പിന്നെയും മാറ്റം. ഇപ്പോൾ കടലാണു കാണുന്നത്. ആകാശം ഇരുണ്ടുതന്നെ. കടലാക്രമണത്തിനെ പ്രതിരോധിച്ചിട്ടുള്ള കരിങ്കൽ ചിറയിൽ അടിച്ചുതകരുന്ന തിരകൾ. ചില ഭാഗങ്ങളിൽ ചിറകവിഞ്ഞു വെള്ളം വീട്ടുമുറ്റങ്ങളിലേക്ക് ഒഴുകുന്നു.

"ഈ മഴയുണ്ടായതെങ്ങനെയെന്ന് മനുവിന് പറയാമോ?" മനിതയുടെ ചോദ്യം ചാനലിൽ പരസ്യങ്ങൾ വന്നുതുടങ്ങിയപ്പോഴായിരുന്നു.

"അതു വ്യക്തമാണല്ലോ. ചൂടുകൊണ്ട് വെള്ളം നീരാവിയാകും. അത് നീരാവിയായി ഉയർന്നു പൊങ്ങും. അത് കരയിലെ

ത്തിക്കാൻ കാറ്റ്. ഇങ്ങനെയായിരിക്കുമല്ലോ. നമ്മൾ കണ്ട കർമേഘം നഗരത്തിലെ മേലെ എത്തിയത്."

"ഭൂമിയിലെ വെള്ളം ചൂടുമൂലം ഉയർന്നുപൊങ്ങി കാറ്റിന്റെ കൂടെ സഞ്ചരിച്ച് മഴയായി കാട്ടിലും നാട്ടിലുമെല്ലാം കിട്ടുന്നു. അതേവെള്ളം നദിയായൊഴുകി കടലിലേക്കുമെത്തുന്നു." ആംഗ്യത്തോടെ അവൾ വിശദീകരിച്ചിട്ട് നിർദ്ദേശിച്ചു.

"സങ്കല്പിച്ചു നോക്കൂ? ഏതാകൃതിയായിരിക്കുമെന്ന്?"

"ഓഹോ... ഇതാണല്ലേ ജലചക്രം?' ഇതുവരെ മനസ്സിലാകാതിരുന്ന കാര്യം പിടികിട്ടിയതിന്റെ സന്തോഷം മനുവിന്റെ മുഖത്തു തെളിഞ്ഞു.

"ഈ ജലചക്രമില്ലായിരുന്നെങ്കിൽ കേരളത്തിന്റെ സ്ഥിതിയൊന്ന് ഓർക്കാമല്ലോ നിനക്ക്?"

"മറുപടി ഞാൻ പഠിച്ചിട്ടുള്ള ചില ഈരടികളിലൂടെയായാലോ?"

"നിന്റെ കവിതാകമ്പം കാലാവസ്ഥയിലുമെത്തുന്നോ? സന്തോഷം. കേൾക്കട്ടെ."

"മഴയില്ലെങ്കിൽ മരമുണ്ടോ
കിളിയില്ലെങ്കിൽ കൂടുണ്ടോ
കൂടില്ലെങ്കിൽ കുഞ്ഞുണ്ടോ
കുഞ്ഞില്ലെങ്കിൽ പാട്ടുണ്ടോ...?"

"അങ്ങനെ പോകുന്നു അത്. എല്ലാറ്റിന്റെയും സ്രോതസ്സ് മഴ തന്നെ. പ്രകൃതിയുടെ വരദാനമാണത്. ഇല്ലേ ചേച്ചി?"

"നീ പറഞ്ഞതുശരിയാണ്. മഴകൾ പലതരമുണ്ടെന്നറിയാമോ നിനക്ക്?"

"അറിയാം. ഇവിടെ അധികവും പർവ്വത ജന്യമഴയാണ്, ശരിയല്ലേ?"

"പക്ഷേ, നമ്മുടെ വേനൽമഴ അങ്ങനെയല്ല. കരയിലും കടലിലുമുണ്ടാകുന്ന സാന്ദ്രത വ്യത്യാസമാണ് അതിനു കാരണം. നീരാവിയുള്ള വായു നമ്മുടെ ആകാശത്തുവന്ന് തണുത്തുണ്ടാ

കുന്നതാണ് മഴ. ചിലപ്പോൾ അതു സംവഹനമഴയും ചിലപ്പോൾ ന്യൂനമർദ്ദമഴയുമാകാം."

അത്രയും വിശദീകരിച്ചു കഴിഞ്ഞപ്പോൾ മനുവിന്റെ സംശയം മറ്റൊരു വഴിക്കായി.

"ആലിപ്പഴം പൊഴിഞ്ഞെന്നു കേൾക്കാറുണ്ടല്ലോ. ഈ ഉഷ്ണ രാജ്യത്തെങ്ങനെ?"

"എവിടെയും മഴമേഘലങ്ങൾക്കു തണുപ്പല്ലേ; സാന്ദ്രത വള രെകൂടുമ്പോൾ ചൂട് പൂജ്യം ഡിഗ്രിയിലും താഴും; പെട്ടെന്ന് ഐസ് രൂപം കൊള്ളും. അത് പെയ്തിറങ്ങുന്നതാണ്..."

"ആലിപ്പഴ വർഷം" മനു വാക്യം പൂർണ്ണമാക്കി.

"ഹായ്, ഐസ് പെറുക്കി എടുക്കാൻ എന്തുരസമായിരിക്കും. അല്ലേ ചേച്ചി?"

"അതു ശരിയാണ്. പക്ഷേ, സർവ്വസാധാരണമല്ല."

"ഇന്നത്തെ ടീച്ചർ മൺസൂണിനെപ്പറ്റി പഠിപ്പിച്ചു. അത് മഴ ക്കാറ്റാണത്രേ."

"അതെ, സൂര്യനുപിന്നാലെ പോകുന്ന കാറ്റ്. ഈ സ്വഭാവം കൊണ്ട് അതിന്റെ ഗമനം കാലത്തിനനുസരിച്ച് വടക്കോട്ടും തെക്കോട്ടും തിരിയുന്നു."

"വടക്കോട്ടു തിരിയുമ്പോൾ കാലവർഷം. തെക്കോട്ടു തിരി യുമ്പോൾ തുലാവർഷം. ശരിയാണോ ചേച്ചീ?"

"പിന്നെ ശരിയല്ലാതെ."

സംഭാഷണത്തിൽ മുഴുകിയ കുട്ടികൾ ചാനൽ പരിപാടി തീർന്നതറിഞ്ഞില്ല. മനു മതിലിലെ ക്ലോക്കിൽ നോക്കി. "മണി പത്തര കഴിഞ്ഞു. ഇനി നാളെ രാത്രി ഇംഗ്ലീഷിലുള്ള ചാനലു കൾ കാണാം. ചേച്ചിയും വരണം കേട്ടോ."

"അപ്പോൾ ഭൂമിശാസ്ത്രം ഇഷ്ടപ്പെട്ടുതുടങ്ങി നിനക്ക്? ഇല്ലേ?"

അനുജന്റെ മനസ്സ് മാറ്റാൻ കഴിഞ്ഞതിലുള്ള സംതൃപ്തി അവൾ ചോദ്യത്തിലൂടെ വ്യക്തമാക്കി.

"അതിനെന്താ സംശയം." ഇഷ്ടം മറച്ചുവയ്ക്കാതെ മനു പറഞ്ഞു.

"ഇനി ക്ലാസിലൊന്ന് ഷൈൻ ചെയ്യണം."

●

13

ജാത്യാലുള്ളത്

കുഞ്ഞുമത്സ്യം അമ്മ മത്സ്യത്തോട് ചോദിച്ചു:

"നമ്മൾ കടൽജീവികളല്ലേ അമ്മേ?"

"അതെ, നമ്മൾ കടലിൽ തന്നെയാണല്ലോ കഴിയുന്നതും. മോൾക്കെന്താണിങ്ങനെ ഒരു സംശയം തോന്നാൻ"

"അതോ, കുറേക്കാലം മുമ്പ് ഒരു ചതുപ്പുനിലത്തിൽ നീന്തി നടന്നത് എന്റെ ഓർമ്മയിലുണ്ട്. നമ്മളെന്തിനാണ് അവിടെപ്പോയത്?"

മകളുടെ സംശയം ന്യായമെന്ന് അമ്മയ്ക്കു തോന്നി.

"മോളുടെ പ്രായത്തിൽ അമ്മയും ഇങ്ങനെ സംശയിച്ചിരുന്നു. നമ്മുടെ കാരണവന്മാർ പണ്ടുമുതലേ അങ്ങനെയായിരുന്നു. അതിന്റെ കാരണം വളരെ വൈകിയാണ് മനസ്സിലായത്.

മുട്ടകൾ വിരിഞ്ഞാണല്ലോ കുഞ്ഞുങ്ങളുണ്ടാകുന്നത്. വളരെ ചെറിയ മുട്ടകളാണ് നമ്മുടേത്. ഭാരവും കുറവ്. തിരയിൽപ്പെട്ടാൽ അവ അലിഞ്ഞുപോകും. ഒഴുക്കിൽപ്പെട്ടാൽ കൂട്ടംതെറ്റാൻ എളുപ്പവുമാണ്."

"അതുകൊണ്ട് മുട്ടയിടാറാകുമ്പോൾ നമ്മുടെ വർഗ്ഗക്കാർ ഒഴുക്കില്ലാത്ത ചതുപ്പിലേക്കെത്തും അല്ലേ അമ്മേ?"

"ചതുപ്പിൽ ഒഴുക്കുണ്ട്. ശക്തി കുറവായിരിക്കും എന്നേയു

ള്ളൂ. പ്രധാനകാരണം അതല്ല. അവിടെ വളരുന്ന പുല്ലുകൾക്ക് ധാരാളം വേരുകളുണ്ടാകും. ജഡപോലുള്ള ഈ വേരുകൾക്കിടയിൽ നിന്ന് മുട്ടകൾ ഒഴുകിപ്പോകില്ല. ശത്രുക്കൾക്കാകട്ടെ ഈ വേരുപടലത്തിനിടയിൽ എത്താനും കഴിയില്ല."

"മുട്ട വിരിഞ്ഞുണ്ടാകുന്ന കുഞ്ഞുങ്ങൾ വിശപ്പ് തീർക്കുന്നതെങ്ങനെ? കടലിലെ പോലുള്ള ഭക്ഷണം ചതുപ്പിലുമുണ്ടോ?"

ഇങ്ങനെയൊരു ചോദ്യം കാത്തിരുന്നതുപോലെ അമ്മ മത്സ്യം പറഞ്ഞു:

"തീർച്ചയായും അവിടെ ഭക്ഷണമുണ്ട്. പുല്ലിന്റെ വേരുകൾ ചെളിയിലുറച്ചാണ് ചെടികൾ നില്ക്കുന്നത്. ധാരാളം പുഴുക്കളും ചെറുജീവികളും ചെളിയിലുണ്ട്. കുഞ്ഞുമത്സ്യങ്ങൾക്ക് അവ ധാരാളമാണ്. വലുതായിക്കഴിഞ്ഞാൽ കടൽതന്നെയാണ് നല്ല വാസസ്ഥലം. കടലിന്റെ വിശാലത ചതുപ്പുകൾക്കില്ലല്ലോ."

"മുട്ടയിടാറാകുമ്പോൾ പറ്റിയ ചതുപ്പുണ്ടെന്നെങ്ങനെ അറിയും?"

"തലമുറകളായികൈവന്ന സ്വഭാവം എത്ര വലുതായാലും നഷ്ടപ്പെടുകയില്ല. ജാത്യാലുള്ളത് തൂത്താൽ പോകില്ലെന്നു പറയാറില്ലേ. അതുപോലെ മക്കൾക്ക് സുരക്ഷിതമായ സ്ഥലം കണ്ടെത്തുന്നതിൽ അച്ഛനമ്മമാർക്ക് പ്രത്യേകം ശുഷ്കാന്തിയുണ്ടാകും. മുട്ടയിടാറാകുമ്പോൾ മോളും അവിടെയെത്തും. എന്താ മോൾക്കിനിയും സംശയമുണ്ടോ?"

"ഒന്നുകൂടി, ചതുപ്പുകൾ മനുഷ്യർ ഇല്ലാതാക്കിക്കൊണ്ടിരിക്കുകയല്ലേ? പല സ്ഥലങ്ങളും നികത്തി കെട്ടിടം പണിയുകയാണെന്നു കേൾക്കുന്നു."

"അങ്ങനെ സംഭവിച്ചാൽ അവർക്കിന്നു കിട്ടിക്കൊണ്ടിരിക്കുന്ന മത്സ്യങ്ങൾ കടലിൽ ഇല്ലാതാകും. ബുദ്ധിയുള്ളവർ അതു തുടരുമോ? ആട്ടെ, ഇതൊന്നും ചിന്തിച്ച് മോള് തല ചൂടാക്കേണ്ട, കുട്ടിയല്ലേ. ഇപ്പോൾ കൂട്ടുകാരോടൊപ്പം കളിച്ചോളൂ." അമ്മ മത്സ്യം പറഞ്ഞുനിർത്തി.

●

14

യുദ്ധം വെള്ളത്തിനുവേണ്ടി

എങ്കിലും സുന്ദരീ, നിന്നെ സ്വന്തമാക്കാൻവേണ്ടി ഞങ്ങൾ അന്യോന്യം കൊല്ലേണ്ടി വരുമോ? എന്നും നീ പറയുന്നത് ഞങ്ങൾ, ആഫ്രിക്കൻ മക്കൾ കേൾക്കുന്നുണ്ട്. ഹേ മാലിക്കാരാ, മൗറിട്ടാനിയൻപൗരാ, നിങ്ങൾ എനിക്കൊരുപോലെയാണ്. രണ്ടു കൂട്ടരെയും ഞാൻ അതിയായി സ്നേഹിക്കുന്നു എന്ന്.

നോക്കൂ, നിങ്ങളുടെ രാജ്യാതിർത്തിയിലൂടെയാണ് ഞാൻ ഒഴുകുന്നത്. ജനങ്ങളെ നിലനിർത്തുന്ന എത്രയോ കണ്ടൽവനങ്ങൾ, വൈവിദ്ധ്യമാർന്ന കൃഷികൾ. ഫലവൃക്ഷങ്ങൾ, പക്ഷിക്കൂട്ടങ്ങൾ, മൃഗസഞ്ചയങ്ങൾ എല്ലാം എന്റെ തീരത്തുണ്ടല്ലോ. എല്ലാം നിങ്ങൾക്കുവേണ്ടി എന്നു നീ പറയുമ്പോൾ ഞങ്ങൾക്കതു നിഷേധിക്കാനാവില്ല.

ലക്ഷം ലക്ഷം തിളങ്ങുന്ന പുള്ളികളുള്ള മേലാപ്പുകൊണ്ട് ഭൂമി ദേവിയെ പുതപ്പിച്ചാശ്വസിപ്പിക്കുന്നതും നീ തന്നെയെന്ന് ഞങ്ങൾക്കറിയാം.

എല്ലാം ശരിയാണുപെണ്ണേ, ഒരു വാക്കുകൊണ്ടുപോലും നിന്നെ നിഷേധിക്കാൻ ഞങ്ങൾക്കാവില്ല.

അമ്പിളിക്കലയില്ലാത്ത ഇരുട്ടു കട്ടപിടിച്ച യാമങ്ങളിൽ നിന്റെ മാറിലൂടെ ആസ്വദിച്ചുനീങ്ങുന്ന സഞ്ചാരി സഞ്ചയങ്ങൾ വീണ്ടും

വീണ്ടും നിന്നെക്കാണാൻ കൊതിയോടെ എത്തുന്നില്ലേ? അത് മിന്നാമിനുങ്ങുകളുടെ തിളക്കം കണ്ടിട്ടല്ല. അവരുടെ ഹൃദയങ്ങളിൽ ഭാവനയുടെ നക്ഷത്രപ്പൂക്കൾ നീ വിരിയിക്കുന്നതുകൊണ്ടാണ്.

"തമസോമാ ജ്യോതിർഗമയാ" അക്ഷരാർത്ഥത്തിൽ സംഭവിക്കുന്നതിവിടെയാണ്. സെനഗലേ, നിന്റെ സ്വച്ഛനിർമ്മലമായ തീരങ്ങളിൽ.

ഞങ്ങൾ വിവിധ രാജ്യക്കാർക്ക് നിന്റെ ആകർഷണംകൊണ്ട് നേടിത്തരുന്ന വരുമാനമാണ് ജീവിതത്തെ സുഖസുന്ദരമാക്കിത്തീർക്കുന്നത്.

മാത്രമോ? നിന്റെ വിരിമാറിൽ ഞങ്ങൾ പണിതുയർത്തിയ അണക്കെട്ട്, വരണ്ടുപൊട്ടി ഊഷരമാകുമായിരുന്ന ഭൂവിസ്തൃതികൾക്കല്ലേ ദാഹജലമെത്തിക്കുന്നത്. സത്യം! നീ ഇല്ലെങ്കിൽ ഞങ്ങളുടെ കണ്മണികൾക്ക് കൊയ്തെടുക്കാൻ കനകമണികളില്ല!

കിലോമീറ്ററുകൾ സമുദ്രത്തിന് സമാന്തരമായി നീ സഞ്ചരിക്കുമ്പോൾ സെനഗലേ, ഞങ്ങളുടെ പാടശേഖരങ്ങൾ എന്നെന്നും പച്ചപ്പട്ടണിയുന്നു. ഉറപ്പിച്ചുതന്നെ പറയട്ടെ നീയാണ് ഞങ്ങളുടെ ജീവന്റെ ജീവൻ!

നിങ്ങൾക്കെല്ലാമറിയാം പിന്നെയെന്താണ് പ്രശ്നം എന്നല്ലേ നീ ചോദിക്കുന്നത്?

സ്വർഗ്ഗരാജ്യം സൃഷ്ടിക്കാൻ സാഹചര്യമുണ്ടായിട്ടും നരകം പണിതുയർത്തുന്ന ഞങ്ങളുടെ മനസ്സാണ് എല്ലാ കുഴപ്പങ്ങൾക്കും കാരണമെന്ന് പറഞ്ഞ് നീ ശപിക്കുന്നത് ഞങ്ങൾ ഞെട്ടലോടെ മനസ്സിലാക്കുന്നു.

എല്ലാം ശരി എന്ന് സമ്മതിക്കുമ്പോൾ സെനഗലേ, നിന്നെ അല്പമെങ്കിലും കുറ്റപ്പെടുത്താതെ ഞങ്ങൾക്കാവില്ല.

അതെന്താണെന്നോ? പറയാം. ദുർബ്ബലമായ ഞങ്ങളുടെ യുക്തിബോധത്തെ പൊട്ടാതെ ഇഴചേർക്കാൻ ഒന്നു ശ്രമിച്ചോട്ടെ.

എത്രയോ നൂറ്റാണ്ടുകളായി കുളിർജലം ഗർഭത്തിൽ പേറി നീ ഇങ്ങനെ ഒഴുകി നടക്കുന്നു. തലമുറകൾക്ക് ജനിച്ച് ജീവിച്ച് മണ്ണടിയാൻ കളമൊരുക്കിയ നിന്നിൽ ഞങ്ങളുടെ എണ്ണപ്പെരുപ്പ

ത്തിനും വർദ്ധിച്ചുവരുന്ന ആവശ്യങ്ങൾക്കും വേണ്ടത്ര വെള്ളക്കയങ്ങൾ പ്രതീക്ഷിച്ചു എന്നും.

അക്ഷയപാത്രം പോലെ എടുക്കുന്തോറും നിറയുന്നത്! പക്ഷേ, നിനക്കതു കഴിഞ്ഞില്ല!

മൃഗങ്ങളെയും പക്ഷികളെയും പോലല്ലല്ലോ മനുഷ്യർ, അവരുടെ ആശയ്ക്ക് അതിരുകളുണ്ടോ?

ശരിയാണ്. കുറ്റം നിന്റേതല്ല. ഞങ്ങളുടെ കണക്കുകൂട്ടൽ തെറ്റിയതാണ്. ഇപ്പോൾ എത്ര ശ്രമിച്ചിട്ടും തിരുത്താനാവുന്നില്ല.

അയൽക്കാർ എടുക്കുന്നത് കൂടുതലെന്നുപറഞ്ഞു ഞങ്ങളുടെ ഭരണകൂടങ്ങൾ തമ്മിൽ തർക്കത്തിലാണ്. ആർക്കും പിന്നോട്ടു പോകാനാവുന്നില്ല.

സ്വന്തം ജനസഞ്ചയത്തെ നിലനിർത്താൻ ജീവജലം ആവശ്യത്തിനു വേണ്ടേ? എല്ലാവർക്കും തികയാത്തതുകൊണ്ട് ശരി ഏതെന്നു തീരുമാനിക്കാൻ ഒരു മാർഗ്ഗമേയുള്ളൂ. മകളെ സങ്കടത്തോടെ പറയട്ടെ, അതാണ് യുദ്ധം!

എന്നാണെന്ന സംശയം മാത്രമേയുള്ളൂ. അടുത്ത നൂറ്റാണ്ടിലെ മഹായുദ്ധങ്ങൾ വെള്ളത്തിനുവേണ്ടിയാവും എന്നു പ്രവചിച്ച മഹാൻ എത്ര ദീർഘദർശിയാണ്!

സെനഗലേ,* നിന്നെ സ്വന്തമാക്കാൻവേണ്ടി ഞങ്ങൾക്കതു ചെയ്യേണ്ടിവരും വിട.

●

* സെനഗൽ ഒരു ആഫ്രിക്കൻ നദിയാണ്.

9 789390 301195

Printed by Libri Plureos GmbH in Hamburg,
Germany